ஜிட்டு கிருஷ்ணமூர்த்தி

உள் அட்டையில் காணும் சிற்பக் காட்சியில், பகவான் புத்தரின் அன்னை மாயாதேவி கண்ட கனவின் பலனை, மன்னர் சுத்தோதனருக்கு நிமித்திகர் மூவர் விளக்குகின்றனர். அவர்களுக்குக் கீழே அமர்ந்து அந்த விளக்கத்தை எழுதுகிறார் ஓர் எழுத்தர். எழுதும் கலையைச் சித்தரிக்கும் முதல் இந்தியச் சிற்பம் இதுவாகவே இருக்கலாம்.

(நாகார்ஜூன் மலைச்சிற்பம், கி.பி.இரண்டாம் நூற்றாண்டு.

பட உதவி: நேஷனல் மியூசியம், புதுதில்லி)

இந்திய இலக்கியச் சிற்பிகள்

ஜிட்டு கிருஷ்ணமூர்த்தி

ஆங்கில மூலம்
சாந்தா இராமேஷ்வர் ராவ்

தமிழாக்கம்
அக்களூர் இரவி

சாகித்திய அகாதெமி

Jiddu Krishnamurthy - Tamil translation by Akkalur Ravi of Shantha Rameshwar Rao monograph in English, Sahitya Akademi, New Delhi. First Print 2017. Rs.50/-

© **Sahitya Akademi**

முதல் வெளியீடு : 2017

சாகித்திய அகாதெமி

இரவீந்திர பவன், 35, பெரோஸ்ஷா சாலை, புது தில்லி 110 001.

விற்பனை

ஸ்வாதி மந்திர் சாலை, புது தில்லி 110 001.

மத்திய கல்லூரி வளாகம், பல்கலைக்கழக நூலகக் கட்டிடம், டாக்டர் அம்பேத்கார் வீதி, பெங்களூரு 560 001

குணா பில்டிங்ஸ், 443 அண்ணாசாலை, தேனாம்பேட்டை சென்னை 600 018.

ஜீவன் தாரா பில்டிங், நான்காவது மாடி, டைமண்ட் ஹார்பர் சாலை, கல்கத்தா 700 053.

172, மும்பை மராத்தி கிரந்த சங்கிராலய சாலை, தாதர், மும்பை 400 014.

விலை: ரூபாய் 50/-
ISBN: 978-81-260-5399-5

கணினி அச்சு: ராமசுப்ரமணிய ராஜா எம்.என். சென்னை.
   போன்: 97102 33021

அச்சு: இம்பீரியல் கிராபிக்ஸ், சென்னை.

அர்ப்பணம்

...எனது கணவர், இராமேஷ்வர் அவர்களின் நினைவிற்கும் அன்பிற்குரிய தோழி சுநந்தா பட்வர்தன் அவர்களுக்கும்

நன்றி

ஜே.கிருஷ்ணமூர்த்தியை, மீண்டும் மிகத் தீவிரமாக வாசிக்க வேண்டும் என்ற என் நீண்டநாள் கனவை சாத்தியமாக்கிய சாகித்திய அகாதெமிக்கு.

சென்னை, கிருஷ்ணமூர்த்தி அறக்கட்டளையின், முனைவர் அகல்யா சாரியின் உதவிக்கும் அவரது பரிவிற்கும். பல ஆண்டுகளாக அவரை எனக்குத் தெரியும். எனினும், இதற்குமுன் அவருடன் இணைந்து நான் பணி புரிந்ததில்லை. அவருடன் நான் மேற்கொண்ட உரையாடல்களும், அவர் எனக்கு அறிமுகம் செய்வித்த புத்தகங்களும் ஏராளமான விஷயங்களை எனக்கு கற்பித்தன. இந்தப் புத்தகத்தை எழுதுவதை பொருள் மிக்கதாக, எளிமையானதாக ஆக்கின. கையெழுத்துப் பிரதிகளை ஆர்வத்துடன் படித்து என்னுடன் அவர் விவாதிப்பார். தனது நேரத்தை விருப்பத்துடனும் பெருந்தன்மையுடனும் ஒதுக்கி, மதிப்புமிக்க ஆலோசனைகளை வழங்குவார். இந்த நூலை எழுதும் பணியின் மூலம் போற்றுதலுக்குரிய அவரது நட்பு எனக்கு கிடைத்தது. பதிப்புரிமை பற்றி எனக்கு ஆலோசனை வழங்கி, சென்னை மற்றும் அமெரிக்காவில் இருக்கும் கிருஷ்ணமூர்த்தி அறக்கட்டளைகளிலிருந்து புகைப்படங்கள் கிடைப்பதற்கு உதவினார். அவருக்கு என் மனமார்ந்த நன்றி.

பதிப்புரிமையை விட்டுக்கொடுத்து ஜே.கிருஷ்ணமூர்த்தியின் இரு புகைப்படங்களை இப்புத்தகத்தில் பயன்படுத்திக் கொள்ள அனுமதித்த, அமெரிக்க, கிருஷ்ணமூர்த்தி அறக்கட்டளையின் வெண்டி ஸ்மித் அவர்களுக்கு என் சிறப்பான நன்றி.

அறிமுகம்

பல ஆண்டுகட்கு முன்னர் தற்செயலாக ஜே கிருஷ்ணமூர்த்தியின் புத்தகம் ஒன்றை படிக்க வாய்ப்பு கிடைத்தது. என் கணவரின் சேகரிப்பிலிருந்து நான் கண்டெடுத்த அந்த புத்தகத்தின் பெயர், கல்வியும் வாழ்க்கையின் முக்கியத்துவமும். அறிந்திராத வெளியில் அன்று தொடங்கிய முடிவில்லா பயணம், என் வாழ்க்கையை மாற்றியது. கிருஷ்ணமூர்த்தியின் எழுத்துகள் என்னை வியப்படையச் செய்தன. அவரைப் பற்றி விசாரித்தேன். நான் சிறுமியாக இருக்கையில் பெரியவர்கள் பேசிக் கொண்டிருந்த கிருஷ்ணமூர்த்தி இவரே என்று அறிந்தேன். உண்மையில் இவர் மீட்பரா? அவர் குறிப்பிடும் ஞானிகள் ஏமாற்றுக்காரர்களா? இந்த மனிதரும் அப்படித்தானா என்று அவர்கள் தொடர்ந்து பேசிக் கொண்டிருப்பார்கள். அந்தச் சிறுவயதில் பெரியவர்களின் உரையாடல் எனக்கு விளங்கவில்லை.

இருபது ஆண்டுகள் கழித்து 'கல்வியும் வாழ்க்கையின் முக்கியத்துவமும்' புத்தகத்தின் முதல் அத்தியாயத்தைப் படித்தேன். வியப்பும் உள்ளக்கிளர்ச்சியும் அடைந்தேன். அதை எழுதிய மனிதரைப்பற்றி சிந்தித்தேன். அடிப்படை உண்மைகளைப் பற்றி பேசும் மனிதர் இதோ என்று புரிந்தேன். அவரைப் பற்றியும், அவர் பேசும் கல்வி முறை பற்றியும் தெரிந்து கொள்ள விரும்பினேன். அந்தக் கல்விமுறையை அறிந்துகொள்ள வேண்டும் என்று நினைத்தேன். ஏனெனில், அதில்தான், அதன் மூலமாகத்தான் எனது கடைத்தேற்றம் இருப்பதாக நான் நம்பினேன்.

அவரது மொழி என்னை வசீகரித்தது. பின் தொடர்ந்த ஆண்டுகளில் அவரது பேச்சைக் கேட்ட நேரங்களில், பார்வையாளர்களைப் பார்த்து அவர் எச்சரிப்பது என் நினைவில், 'என் சொற்களின் வலையில் விழுந்து விடாதீர்கள்'. நான் வலையில் விழுந்துவிட்டேன். மேடையில் அவரது மெலிந்த, நேர்த்தியான உருவத்தைப் பார்த்தேன். ஒடுங்கிய கைகளின் வன்மையான அசைவுகளைக் கண்டேன். அவரது சொற்களைக் கேட்டேன்.

அந்தப் பொறியிலிருந்து என்னை நான் விடுவித்துக் கொள்ளவே முடியவில்லை.

என்னை நானே விடுவித்துக் கொள்ளாவிட்டால், யாராலும் அதனைச் செய்ய முடியாது. நிச்சயமாக கிருஷ்ணமூர்த்தி செய்ய மாட்டார் என்பது சிறிது காலம் கழித்து எனக்குப் புரிந்தது. நான் சந்திக்க வேண்டிய, நான் மட்டுமே சரி செய்யக்கூடிய வேறு பிரச்சனைகளும் இருந்தன. இந்த மிகவும் யதார்த்தமான உலக வாழ்வில் சந்திக்கும் பிரச்சனைகள், உறவுகளில் இருக்கும் பிரச்சனைகள், எனக்குள்ளும் எனக்கு வெளியிலும் இருக்கும் பிரச்சனைகள். எனக்கான உதவிகளைத் தேடினேன். சற்றே விலகி, வேறு பலவற்றைப் படித்தேன்; வேறு பாதைகளையும் ஆராய்ந்தேன். பலராலும் போதிக்கப்பட்ட புத்தரின் வழிமுறையை, ஸ்ரீ இராமகிருஷ்ணரின் வழிமுறையை ஆராய்ந்தேன். இரமண மகரிஷியின் பாதை மற்றும் ஸ்ரீ நிசர்கதத்தா மகராஜ் அவர்களின் பாதையையும்.

முடிந்தவற்றையெல்லாம் நான் படித்தேன். கேட்க முடிந்தவர்களின் உரைகளைக் கேட்டேன். என் வாழ்வு மாற்றம் பெற வேண்டுமென்று கதறினேன். இவ்வாண்டுகளில் நான் கிருஷ்ணமூர்த்தியைப் படித்தேன். விரிவாக அல்ல. ‘உண்மை என்பது பாதையற்ற நிலம்’ என்பதை உணர்ந்தேன். நமக்கான கடைத்தேற்றத்தை வேறு எவராலும் அளிக்க முடியாது என்பதையும் எவ்வாறோ அறிந்தேன். அந்த சத்தியமான உலகிற்கு புத்தகங்கள் உங்களை அழைத்துச் செல்லா. சடங்குகளோ, தியான முறைகளோ அல்லது வேறு எவையுமோ. துயரத்திலிருந்தும் வேதனையிலிருந்தும் நீங்கள் விடுபட வேண்டுமென்றால், அது உங்களிடமிருந்தே, உங்களது தினசரி வாழ்விலிருந்து வரவேண்டும். அந்த தளைநீக்கம், அடைய வேண்டிய, உடைமையாக்கிக் கொள்ள வேண்டிய அசையா சொத்துமல்ல. அதனை உணரவோ அதற்கு பெயர் சூட்டவோ முடியாது. அது சொற்களின் வெளிக்கு அப்பாலிருப்பது; எண்ணத்தின் உலகிற்கு அப்பாலிருப்பது. கிருஷ்ணமூர்த்தியை படித்தபோதும், அவரது உரைகளைக் கேட்டபோதும், இவற்றைத்தான் நான் மீண்டும், மீண்டும் கற்றுக் கொண்டேன்.

அவரது வாழ்க்கைச் சுருக்கத்தை எழுதும்படி சாகித்ய அகாதமி என்னைக் கேட்டபோது உண்மையில் நான் மகிழ்ந்தேன். கல்வியும் வாழ்வின் முக்கியத்துவம் புத்தகத்தை நான் படித்து பல ஆண்டுகள் ஆகிவிட்டன. மும்பையின் ஜே.ஜே. கலைக்கல்லூரி மைதானத்தில்

ஜிட்டு கிருஷ்ணமூர்த்தி

ஜே.கிருஷ்ணமூர்த்தியின் உரைகளைக்கேட்டு பல ஆண்டுகள் ஆகிவிட்டன. நான் உறுதியாகக் கூறுகிறேன், உண்மையில் எதுவும் மாறவில்லை. கிருஷ்ணமூர்த்தியின் சொற்களில், துயரத்திற்கும் வேதனைக்குமான முடிவு இருக்கிறது என்பதை நான் அறிவேன். அவர் பாதையைக் காட்டுகிறார். அதற்குமேல் இல்லை; மீதம், நம் கையில் இருக்கிறது.

அவர் இந்த உலகிலிருந்து மறைந்து பல ஆண்டுகளுக்குப் பின், இந்தச் சிறிய புத்தகத்தை எழுதும் பணி, என்னை மீண்டும் அந்த அசாதாரண மனிதரிடம், அவரது செய்தியிடம் கொண்டு சேர்த்தது. நான் ஈடுபாடு கொண்டிருந்த சோதனை முயற்சியிலான ஒரு பள்ளியில், கிருஷ்ணமூர்த்தியின் வழிமுறைகளை நான் முயற்சித்துப் பார்த்தேன். அப்போது நான் அவரது புத்தகங்களையும், அவரைப்பற்றியும் மீண்டும் படித்தேன். அவரது சொற்கள், உண்மை ஒளியுடன் பளிச்சிட்டதாக எனக்குத் தோன்றின. அவை புதிய காட்சிகளை, தொடுவானங்களை எனக்கு மீண்டும் திறந்தன.

கிருஷ்ணமூர்த்தி பேசியவற்றில் சிறிய அளவே நான் இப்புத்தகத்தில் கொண்டு வந்திருக்கிறேன் என்பதை அறிவேன். ஆனால், அந்த ஒவ்வொரு சொல்லும், எனக்கு ஒரு புதிய கல்வி; வாழ்வின் பொருளை அதன் முக்கியத்துவத்தை கண்டறிய உதவுவது.

- *சாந்தா இராமேஷ்வர் ராவ்*

1

1909ஆம் ஆண்டின் ஒரு மாலை நேரம். மெட்ராஸ், அடையாறு கடற்கரை. கடல்நீரில் விளையாடிக் கொண்டிருந்த சிறுவர்கள் அந்த ஆங்கிலேயரின் பார்வையில் பட்டனர். அவர்களை மிக உன்னிப்பாக அவர் கவனித்தார். கடற்கரையில் விளையாடும் இந்தியச் சிறுவர்களை இதற்கு முன்னரும் அவர் பார்த்திருக்கிறார். ஆனால், இது சற்றே வேறுபட்ட அனுபவம். யாரோ அவரை இழுத்தது போல உணர்ந்தார். சிறுவர்களில் ஒருவன்மீது அவர் பார்வை பதிந்தது. சந்தேகமில்லை. அவர் தேடிக்கொண்டிருந்த, எதிர்பார்த்துக் காத்திருந்த அந்தச் சிறுவன் அவன்தான். சிறுவனைச் சுற்றி தூய்மையான, நுட்பமான, நறுமணம் மிக்க ஒளிவீச்சு அவருக்குத் தெரிந்தது. அகிலத்தில் இப்படி வேறெதுவும் இருக்க வாய்ப்பில்லை. சுயநலத் தன்மையின் தடம் சிறிதும் இல்லாத இந்த நறுமணம் மிக்க ஒளியைப் பற்றி, இவரைத் தவிர்த்து வேறு யாருக்குத் தெரியும்?

சர்வதேச பிரம்மஞான சங்கத்தின் உயர் மட்ட உறுப்பினர் அவர். பெயர் சார்லஸ் வெப்ஸ்டர் லீட்பீட்டர். உலகம் தழுவிய சகோதரத்துவம் மற்றும் புதிய உலக அமைப்பு போன்ற சீரிய கொள்கைளுக்காக அர்ப்பணித்துக் கொண்ட அமைப்பு அது. மதங்களிடையே ஒப்பீட்டாய்வைச் செய்தல், இந்த உலகத்திற்கு அப்பாலிருக்கும், இயற்கையை மீறிய சூக்கும உலகங்கள் பற்றி ஆய்வு செய்தல் போன்ற பணிகளையும் ஆற்றி வருகிறது. இவை அனைத்திலும் முக்கியமான, வேறொன்றுமிருந்தது. இந்த உலகத்து ஞானாசிரியனின், புதிய மீட்பரின் வருகையை பிரம்மஞானிகள் எதிர்நோக்கி இருந்தனர். அவரை எதிர்கொள்ள, உலகெங்கிலும் மக்களைத் தயார்படுத்தும் பணியில் அர்ப்பணிப்புடன் இயங்கிக் கொண்டிருந்தனர்.

வெப்ஸ்டர் புலன்களுக்கு அப்பாற்பட்டவற்றைக் காணும் திறன் பெற்றவர். அமானுஷ்ய விஷயங்களின் மர்மங்களில் மூழ்கி எழுந்தவர். இந்த உலகத்திற்கு அப்பாற்பட்ட வெளிகளில் உலவும் சக்தி கொண்டவர். மனோசக்தியால் மனிதர்களின் கடந்த காலங்களைப் பார்க்க முடிந்தவர். மனித இனத்தின் மாபெரும் மகான்களுடன், மகாத்மாக்களுடன் உரையாடியவர். அந்த சங்கத்தின், சித்திகள் வாய்க்கப்பெற்ற உயர்நிலைக்குழுவில் உறுப்பினர். உயரிய திறன் பெற்றவர்களென கருதப்படும் ஒரு

சிலரே அக்குழுவில் உறுப்பினர் ஆகமுடியும். அவர்கள் பல நூற்றாண்டுகள் ஆன்மீக வாழ்வின் மூலம் அந்த உயரிய நேர்த்தியை அடைந்தவர்கள். தனது கருத்துகளின், நடவடிக்கைகளின் நேர்மை குறித்து சார்லஸ் வெப்ஸ்டர் என்றைக்குமே சந்தேகம் கொண்டதில்லை. இந்த உலகத்தின் விதி ஓர் இனத்தின் கைப்பிடிக்குள் இருப்பதாக அவர் உறுதிகொண்டிருந்தார். வேர் இனம் என்று அந்த இனத்தை அவர் அழைத்தார். அந்த இனத்தைக் கண்டறியும் தலையாய பணி தன்னிடம் ஒப்படைக்கப் பட்டிருப்பதாக அவர் நம்பினார்.

தான் கண்ட இந்தச் சிறுவன் ஒருநாள் இவ்வுலகத்தின் சுடர்விடும் நட்சத்திரங்களில் முதன்மையாக இருப்பான் என்பதை தன் அகக் காட்சியின் மூலம் அவர் உணர்ந்தார். அதன்பின் அந்த சிறுவனைப் பற்றிய விவரங்களை அவர் சேகரித்தார்.

2

சார்லஸ் வெப்ஸ்டர் அவனது தந்தையை அழைத்து வரச் செய்தார். பிரம்ம ஞான சங்கத்தின் தலைமையகத்தின் அருகில் ஒரு சிறிய வீட்டில் அவர்கள் வசித்து வந்தனர். இந்த உலகில் இறைவன் மைத்ரேயன், தன்னை வெளிப்படுத்திக் கொள்ளும் ஊடகமாக அவரது பதிமூன்று வயது மகன் இருக்கப்போவதை அவரிடம் கூறினார். ஜிட்டு நாராயணய்யா அதனை ஏற்றுக் கொள்ளும்வரை விடவில்லை. இப்போது வசிக்கும் வீட்டிலிருந்து அந்தச் சிறுவனை வெளியேற்றி வேறிடத்தில் குடியமர்த்த வற்புறுத்தினார் சார்லஸ் வெப்ஸ்டர்; அந்த வீடு வறுமையும் வசதிக் குறைவுமாக இருப்பதாக அவர் கருதினார். அச்சிறுவனுக்கு அங்கு கிடைக்கும் உணவு போதாது; அதுவும் தேவையான தரத்துடன் இருக்காதென்று அவர் கருதினார். எதிர்காலத்தின் இயேசுவாக, புத்தராக, இரட்சகனாக உருவாகப் போகிறவன் அச்சிறுவன். வீட்டினருகிலுள்ள சாதாரணப்பள்ளியில் அவனுக்கு அளிக்கப்படும் கல்வியும் பயனற்றது. இத்தகைய மனிதனை மிகக் கவனத்துடன் பேணி வளர்க்க வேண்டும். அந்தப் பணியை இதற்கென சிறப்பாகத் தேர்ந்தெடுக்கப்பட்டவர்களிடம் ஒப்படைக்க வேண்டும் என்றார் சார்லஸ் வெப்ஸ்டர்.

நாராயணய்யா மசிந்துவிட்டார்: தனது மகனின் நடவடிக்கைகள் சற்று வித்யாசமாக இருப்பதை அவர் கவனித்திருந்தார். ஒருவேளை, ஏனைய குழந்தைகள் உருவாக்கப்பட்டிருக்கும் மிகச்

சாதாரணமான களிமண்ணால் தனது மகன் சிருஷ்டிக்கப் படவில்லை என்பதை அவரும் உணர்ந்திருக்கலாம். சார்லஸ் வெப்ஸ்டரின் இந்த 'கண்டுபிடிப்பின்' போது ஜிட்டு நாராயணய்யா, பிரம்மஞான சபையின் மெட்ராஸ் அலுவலகத்தில் பணிபுரிந்து வந்தார். சார்லஸ் வெப்ஸ்டருக்குத் தோன்றியதைப் போன்ற எண்ணம் அச்சபையின் வேறு சில உறுப்பினர்களின் மனதிலும் உருவாகியிருந்தது. புலனுக்கு அப்பாற்பட்ட நுண்ணறிவின் அடிப்படையில் ஒருவரது கடந்தகாலம் குறித்து ஆய்வதில் அவர்கள் அனுபவம் மிக்கவர்கள்; கடந்த காலம், எதிர்காலம் அறிந்தவர்கள்; மனிதர்களின் முற்பிறவிகள் குறித்த மிக நுட்பமான விவரங்கள், அவர்களின் ஜாதகங்கள், முற்பிறவிகளில் அவர்களது அவதாரங்களின் வரைபடங்கள், இன்னபிற விஷயங்களில் மிகத் தேர்ச்சி பெற்றவர்கள். இவற்றின் மூலம், இச்சிறுவன் பல நூற்றாண்டுகள் தன்னலமற்ற பிறவியாய் அவதரித்திருந்தவன்; தூய்மையான விவேகம் மிக்க வாழ்க்கையை வாழ்ந்தவன் என்பதை சுட்டிக் காட்டினர்.

ஆர்வத்துடன் கேட்டவர்களிடம், இச்சிறுவனின் முற் பிறவிகளைப் பற்றியும் புத்தரின் சீடனாக அவன் இருந்ததையும் சார்லஸ் வெப்ஸ்டர் எடுத்துரைத்தார். நாராயணய்யாவோ அதிர்ச்சியில் உறைந்திருந்தார். சார்லஸ் வெப்ஸ்டர் அவரிடம் தன்மையாகப் பேசினார். தனிப்பட்ட தனது கவனிப்பிலும் போதனையிலும் அச்சிறுவனை வளர்ப்பதற்கு அவரை சம்மதிக்க வைத்தார். அச்சிறுவனுக்குத் தேவையான ஆசிரியர்களை, பிரம்ம ஞான சபையின் முன்னணி உறுப்பினர்களிலிருந்து அவரே தேர்ந்தெடுத்தார்.

இந்தச்சிறுவனுடன், அவனது சகோதரன் நித்யானந்தனும் தேர்ந்தெடுக்கப்பட்டான். நித்யானந்தன், கிருஷ்ணாவைவிட மூன்று வயது சிறியவன். ஆன்மீக நிலையில் அவனது சகோதரன் அளவிற்கு இவன் இணையானவன் இல்லை. அவர்கள் இருவரும் தங்களுக்குள் பிரிக்க முடியாதவராய் இருந்தனர். ஒருவருக்கொருவர் துணையாக இருப்பர் என்று அவர் கருதினார்.

பெற்றோர்கள் அவனுக்கு கிருஷ்ணமூர்த்தி என்று பெயரிட்டிருந்தனர். அவனது குடும்பப் பெயர், ஜிட்டு. எனவே அவரை இன்றைக்கு ஜிட்டு கிருஷ்ணமூர்த்தி என்றே நாம் அறிந்திருக்கிறோம். அவனது பெற்றோர்களும், அவனது வீடும், வாழ்க்கைச் சூழலும், அக்காலத்து தென்னிந்திய நடுத்தர பிராமண குடும்பம் ஒன்றிலிருந்து வேறுபட்டிருக்கவில்லை.

அன்றைய மதராஸ் மாகாணத்தின் ஒருபகுதியாக இருந்த, இன்றைய ஆந்திரப்பிரதேசத்தின் கடப்பா மாவட்டத்தின் மதனப்பள்ளி என்ற ஊரில் 1895ஆம் ஆண்டு மே மாதம் 11ஆம் நாள் கிருஷ்ணமூர்த்தி பிறந்தான். அவனது தந்தை ஜிட்டு நாராயணய்யா அப்போது வருவாய் துறையில் அதிகாரி. தாசில்தார், பின்னர் மாஜிஸ்ட்ரேட். பிறப்பால் பிராமணர். இயல்பிலேயே மதம் சார்ந்த விஷயங்களில் ஆழ்ந்த நம்பிக்கை கொண்டவர். ஆனால், தாய் சஞ்சீவம்மா, தான் வயிற்றில் சுமந்து கொண்டிருக்கும் எட்டாவது குழந்தை மற்ற குழந்தைகளிலிருந்து ஏதோ ஒருவிதத்தில் வேறுபட்டது என்று உணர்ந்திருந்தாள்.

அன்பான, மென்மையான பெண்மணி அவர். அவரிடம் அசாதாரணமான ஏதோ ஒன்று இயல்பாகவே இருப்பதைக் கண்டு அவரது கணவரும் மற்றவர்களும் பிரமிப்பதுண்டு. அக்காலத்து ஆன்மீக உலகில் ஒரு நம்பிக்கை நிலவியது: தர்க்கரீதியாகவோ பகுத்தாய்ந்தோ புரிந்துகொள்ள இயலாத சில விஷயங்களும் இருக்கின்றன; அவற்றைக் கேள்விக்கு உட்படுத்த முடியாது. அப்படியே ஏற்றுக் கொள்வதே நலம் என்று பலரும் நம்பினர். கிருஷ்ணாவிற்கு முன் ஏழு குழந்தைகள். சஞ்சீவம்மாவும் அவரது குடும்பத்தினரும் வழிபட்ட, உலகத்தைக் காக்கும் இறைவன் விஷ்ணுவின் அவதாரமான கிருஷ்ணன் அவனது பெற்றோர்களுக்கு எட்டாவது குழந்தை. இதை அவர் அவ்வப்போது நினைத்துக் கொள்வதுண்டு.

நள்ளிரவைக் கடந்த ஓர் இரவில் அந்த மகனை அவர் பெற்றெடுத்தார். இம்மாதிரியான தருணங்களில் உறவினர்களும் அண்டைவீட்டார்களும் எப்போதும் உதவிக்கு வருவர். மிக இயல்பான பிரசவம். சில நாட்களில் நடந்த தொட்டில் போடும் வைபவத்தில் அக்குழந்தைக்கு கிருஷ்ணமூர்த்தி என்ற பெயரிட்டனர். அதற்கு பொருள், கிருஷ்ண விக்ரஹம். அவனுக்கு மிகப்பொருத்தமான இயல்பான பெயர்.

குமார ஷ்ரோதுலு என்ற ஜோதிடர் குழந்தையின் ஜாதகத்தைக் கணித்தார். பலரும் போற்றும் மேன்மையான வாழ்க்கை குழந்தைக்கு அமையும் என்றார். ஆனால், ஜிட்டு நாராயணய்யா இந்த ஆரூடத்தை பெரிதாக எடுத்துக் கொள்ளவில்லை. மூன்று ஆண்டுகளுக்குப்பின் மற்றொரு குழந்தை, நித்யானந்தன் பிறந்தான். காலப்போக்கில் மற்றக் குழந்தைகளும் பிறந்தன. சஞ்சீவம்மாவின் குழந்தைகளில் கலகலப்பாக பேசக்கூடியவன், புத்தி கூர்மை

உள்ளவன் நித்யானந்தன். எப்போதும் கனவுலகில் இருக்கும் கிருஷ்ணாவிற்கு நேர்மாறானவன் அவன். கிருஷ்ணா, அடிக்கடி மலேரியாக் காய்ச்சலில் விழுந்துவிடுவான். அதனால் பலவீனனாக, சோகை பீடித்தவனாக வளர்ந்தான். பிழைக்க மாட்டானோ என்று அவன் பெற்றோர்கள் பயந்த தருணங்கள் உண்டு. உடல்நலமுடன் நன்றாக வளர்வான் என்ற நம்பிக்கை அவர்களுக்கு எப்போதும் ஏற்பட்டதில்லை. நாராயணய்யா எளிமையான எதார்த்தவாதி. உண்மையில் ஷ்ரோதுலுவின் ஆருடத்தை எண்ணி அவ்வப்போது அவர் வியப்பதுண்டு.

கிருஷ்ணா எப்போதும் வெட்டவெளியை, வானத்தை நோக்கியவாறு அமர்ந்திருப்பான். மிகக்குறைவான பேச்சு. மனநலம் பாதிக்கப்பட்டவன் போல் இருக்கிறானே என்று சில நேரங்களில் அவன் தந்தை எண்ணுவதுண்டு. அவனுக்கு சாதாரண நடைமுறை விஷயங்களும் தெரியாது, புரியாது. தனக்குரியது எது, மற்றவர்க்கு சொந்தமானது எது என்பதும் அறியாதவனாக வளர்ந்தான். சாதாரணமாக குழந்தைகளுக்கு சில ஆண்டுகளிலேயே புரிந்துபோகும் விஷயங்களும் அவனுக்குத் தெரியவில்லை.

பணியின் நிமித்தம் மெட்ராஸ் மாகாணத்தின் பல இடங்களுக்கு அவர் மாற்றலில் சென்றார். அவரது குடும்பமும் அவருடன் சென்றது. அவர் சென்ற இடங்களில் அவரது இல்லத்தின் புனிதச் சடங்குகளான குழந்தைகளின் அட்சராப்பியாசம் போன்றவையும் தவறாமல் தொடர்ந்தன. அதன்பின் சிறுவர்கள் அருகிலிருந்த பள்ளிக்கூடத்தில் முறையாக சேர்க்கப்பட்டனர். கற்றல் தொடங்கி வைக்கபட்டது. கதிரி என்ற சிறுநகரில் உபநயனம் நடந்து சிறுவர்களுக்கு யக்ஞோபவீதம் அணிவிக்கப்பட்டது. உபநயனத்திற்கு பின்னரே பிராமணச் சிறுவன் மாணவப் பருவத்தைத் தொடங்குகிறான். உண்மைத் தேடல் தொடங்குகிறது. மிகக் கடுமையாக பிரம்மச்சரியத்தை அவன் இப்போது பின்பற்றுகிறான். தன் தேகத்தை, மனதை, உணர்வுகளை ஒழுங்கமைத்துக் கொள்கிறான். உண்மைத் தேடலில் தன் கவனம் முழுவதையும் ஒருங்கிணைக்கிறான்.

கிருஷ்ணாவின் அறிவுக்கூர்மை வெளிப்படும், அவன் நன்கு பிரகாசிப்பான் என்று நாராயணய்யா எதிர்பார்த்தார். சோதிடர் கூறியது எதுவும் நடக்கவில்லை. அவருக்கு இது பெருத்த ஏமாற்றமே. புத்திசாலி என்பதற்கான சிறு தடயமும் கிருஷ்ணாவின் செயல்பாடுகளில் தென்படவில்லை. மாறாக, வகுப்பறையில் திறந்தவாய் மூடாமல் தூரத்தில் எதையோ பார்த்துக்

கொண்டிருப்பான். ஆசிரியர் கேட்கும் எந்தக் கேள்விகளுக்கும் அவன் பதில் கூறமாட்டான். ஆனால், நித்யா இவனுக்கு நேர் எதிர். கலகலப்பானவன். அறிவுச் சுடர்.

ஆசிரியர் கேட்கும் கேள்விகளுக்கு பதிலளிக்க முடியாத கிருஷ்ணா அடிக்கடி வகுப்பிற்கு வெளியில் அனுப்பப்படுவான். பணிவுடன் வெளியில் செல்பவன், அமைதியாக நின்றிருப்பான். ஆசிரியர்களும் மாணவர்களும் இவன் வெளியில் நிற்பதையே மறந்துவிடுவர். இந்நிகழ்வு அடிக்கடி நடக்கும். இதற்கு மறுப்புத் தெரிவிக்க வேண்டும் என்று அவனுக்கு என்றைக்கும் தோன்றிய தில்லை. சில நேரங்களில் வருத்தத்தால் தாரை தாரையாக கண்ணீர் பெருகும். கடைசி மணி அடிக்கும்போதுதான் நித்யா இவனைத் தேடுவான். வகுப்பிற்கு வெளியில் தனியாக நிற்கும் இவனைக் காண்பான். தன் கைகளில் அவனது கைகளைக் கோர்த்து வீட்டிற்கு அழைத்து வருவான். வரும் வழியெல்லாம் தனது உற்சாகமான, கலகலப்பான பேச்சால் அவனைத் தேற்றுவான்; சிரிக்க வைப்பான். அந்த சகோதரர்களுக்கு இடையில் என்றும் மாறாத பந்தம் இருந்தது. பல ஆண்டுகளுக்குப் பின்னரும் கிருஷ்ணமூர்த்தி இதைச் சொல்வதுண்டு: அவர்கள் ஒருவரே.

விடுமுறை நாட்களில் சிற்றுண்டிகள் எடுத்துக்கொண்டு நண்பர்களுடன் மலைப்பகுதிகளுக்கு சகோதரர்கள் சிற்றுலா செல்வதுண்டு. கிருஷ்ணாவிற்கு இப்படி வெளியில் சுற்றுதல் மிகவும் பிடிக்கும். வகுப்பறை என்ற பெயரில் கூண்டில் அடைபடு வதிலிருந்து பாடச்சுமையிலிருந்து விடுதலை. கல்விமுறையின் ஓர் அங்கமாக மாறிப்போய்விட்ட, பெயரற்ற சின்னச் சின்ன சித்திரவதை களிலிருந்தும் விடுதலை. மலையேறுவது பெரும்பாலும் அவனுக்கு சிரமமானதுதான். ஆனாலும் அவனது சகோதரன் மற்றும் நண்பர்களின் தோழமை அவனுக்குப் பிரியமானது. அவர்களும் அவனை நேசித்தனர். தொடர்ச்சியான மலேரியா சுரத்தால், வலிப்பு நோயால், கட்டுப்படுத்த முடியாத நடுக்கு சுரத்தால் பாதிப்பு அடைந்த பலவீனமான தேகம் அவனுடையது என்பதை அவர்கள் அறிவர். அதுமட்டுமல்ல, வேறு ஏதோ ஒன்று அவனை அவர்களிடமிருந்து வேறுபட்டவனாகக் காட்டியது. அது என்ன என்பதை அவர்களால் சொற்களால் கூறமுடியவில்லை. ஆனால், அவர்கள் அதை உணர்ந்தனர்.

ஒரு வேளை அதனால்தான் அவன் யாரிடமும் ஒட்டாமல் தனியாக உலவுகிறானோ? அசையாமல் ஒரேயிடத்தில் அமர்ந்து, இந்த உலகத்தை மறந்து வானத்தைப் பார்த்துக்

கொண்டிருக்கிறானோ? அவன் மீது அவர்கள் ஒரு கண் வைத்துக்கொள்ள வேண்டும் என்பதை அவர்கள் அறிவார்கள். இல்லையேல் இப்படி வேடிக்கை பார்த்தவாறு வேறெங்காவது தொலைதூரம் சென்றுவிடுவான். அவனுக்கு ஏதேனும் ஆபத்தும் ஏற்படலாம். அவனைத் தனியே விட்டுவிட்டு அவர்கள் விளையாடச் சென்றுவிடுவர். விளையாட்டு முடிந்து திரும்பிவந்து பார்க்கையில் அதே இடத்தில்தான் அவன் அமர்ந்திருப்பான். புல்லின் இடையே ஊர்ந்து செல்லும் பூச்சியைப் பார்த்திருப்பான். மரக்கிளையொன்றில் தன் குஞ்சுகளுக்கு ஊட்டும் தாய்ப்பறவையைப் பார்த்திருப்பான். அருகிலேயே குளம் ஒன்று இருந்தது. அவன் பெரும்பாலும் அதன் கரையில்தான் அதிக நேரம் அமர்ந்திருப்பான். கயிறு போன்ற பச்சை நிறப்பாம்புகள் அங்குமிங்கும் அலைவதை, கரைக்கும் நீருக்குமாக தவளைகள் தாவிக்குதிப்பதை, துள்ளிக்குதிக்கும் மீன்களைப் பார்த்திருப்பான். புல்வெளிகளில், புதர்ச்செடிகளில் நகர்ந்து கொண்டிருக்கும் பச்சோந்திகள் அவனுக்கு மிகவும் பிடித்தமானவை.

அவன் ஓரேயிடத்தில் அமர்ந்திருப்பதன் காரணம் அவர்களுக்குப் புரியவில்லை. இறுதியில், பிறப்பிலேயே அவன் இப்படித்தான் என்று முடிவு செய்தனர். குழந்தைகளுக்கே இருக்கும் நம்பிக்கையால், உள்ளுணர்வால், தங்களுக்குப் புரியாத உலக விஷயங்கள் அவனிடம் இருக்கின்றன என்றுணர்ந்தனர். ஆனால், அவன்மேல் அவர்களுக்கு மிகவும் பிரியம். கிருஷ்ணா எப்போதும் நண்பர்களின் சுமைகளை சுமந்து உதவுவான். விளையாடும்போது நண்பன் எவனுக்காவது அடிபட்டுவிட்டால் அவனுக்கு உதவிட ஓடுவான். அமைதியான பார்வையாளனாக அவர்களது செயல்பாடுகளைப் பார்த்திருப்பான். அவர்களிடையே முழுமையான நம்பிக்கை முகிழ்த்திருந்தது.

எவர் கண்ணிற்கும் தெரியாத, ஒரு சிலரால் மட்டுமே பார்க்க முடிந்த ஆவிகள் வாழும், நடமாடும் உலகத்தைப் பற்றி அக்குழந்தையிடம் சஞ்சீவம்மா கூறுவாள். அந்த விநோதமான உலகத்தில் ஆவிகளைப் பார்த்திருப்பதாக அவள் நம்பினாள். அம்மா கூறுவதை ஒருவிதக் கவர்ச்சியுடன், ஆர்வத்துடன், பாதி பயத்துடன் அவன் கேட்பான். சில ஆண்டுகளுக்குமுன், இருபது வயதில் இறந்துபோன அவனது மூத்த சகோதரி பற்றி அவனிடம் கூறுவாள். ஒருநாள் அவனிடம், அந்தப் பெண் திரும்ப வந்ததாகவும், தான் அவளைப் பார்த்ததாகவும் உறுதியாகக் கூறினாள். அவள் கூறியதை கிருஷ்ணாவால் நம்பவும்

முடியவில்லை; நம்பாமலும் இருக்க இயலவில்லை. ஏனெனில், குளிர்ந்து, மரக்கட்டைபோல் ஆகிவிட்ட அவளது உடல், மயானத்திற்கு எடுத்துச் செல்லப்பட்டதையும், எரிக்கப்பட்டதையும் அவன் பார்த்திருந்தான். அஸ்தி சாம்பல் திரட்டப்பட்டு ஆற்றுநீரில் கரைக்கப்பட்டதையும் அறிவான். ஏதோ ஒரு வகையில் இறந்தவர்கள் திரும்ப வரமாட்டார்கள் என்பது அவனுக்குத் தெரிந்திருந்தது.

இருப்பினும் அந்தச் சிறுவனின் வளரும் அறிவிற்கு, வேறு சில விஷயங்கள் ஆர்வமூட்டுவதாகவும், ஏன் சுவாரஸ்யம் மிக்கதாகவும் இருந்தன: மனிதக் கரங்களும், மனித மனங்களும் இணைந்து உருவாக்கிய இயந்திர பொம்மைகள் அவனை ஈர்த்தன. கடிகாரத்தின் பாகங்களை தனித்தனியாக அவனால் பிரிக்க முடியும். கவனமாக அவற்றை ஒன்று சேர்க்கவும் முடியும். கிருஷ்ணா, மெய்மறந்த நிலையில் முழுக்கவனத்துடன் அந்த இயந்திரத்தை தனித்தனியாகப் பிரிப்பான். பிறகு, மிக எச்சரிக்கையுடன், எல்லையற்ற அமைதியுடன் அதனை மீண்டும் ஒன்றிணைப்பான்.

3

சஞ்சீவம்மா இறக்கும்போது கிருஷ்ணாவிற்கு பத்து வயதிருக்கும். அம்மாவுடன் மிக நெருக்கமாக இருந்த குழந்தை அவன். ஒரு தாயின் இழப்பை சொற்களால் வடிக்க முடியாது. ஒருநாள் அவன் மாடிப்படிகளில் ஏறும்போது அவளது வளையல்களின் ஓசையைக் கேட்டான். அடுத்தகணம் அவனை உரசிக்கொண்டு அவள் மேலே போவதையும் பார்த்தான். உயிருடன் இருப்பதைப்போலவே அவள் தோற்றம். கைகளை நீட்டி அவளைத் தொடமுயன்றான். அவன் கைகள் காற்றில்தான் அலைந்தன. மற்றொரு நாள், அவன் குளித்துக் கொண்டிருக்கும்போது அவளைப் பார்த்தான். அடுத்தநொடி கதவின் வழியாக அவள் வெளியேறிவிட்டாள். கிருஷ்ணா அவளைத் தொடர்ந்து சென்றான். புடவைகள் உலர்த்தும் கொடி இருக்குமிடம் வரை அவர்கள் சென்றனர். சில நொடிகள் அவள் அங்கே நின்றிருந்தாள். அவனால் அந்த உருவத்தை நன்கு பார்க்க முடிந்தது. பிறகு அவள் அங்கிருந்து சென்றுவிட்டாள். இறந்தவர்களுக்குச் செய்யும் சடங்கில் அவர்களுக்காக வைக்கப்படும் உணவை அவள் சாப்பிடுவதை ஒருமுறை அவன் பார்த்தான். உண்பதற்கும், அருந்துவதற்கும் "இறந்தவர்கள் மீண்டும் இவ்வுலகத்திற்கு வருவார்கள்; அவர்கள்

அணிந்திருந்த உடைகளைப் பார்ப்பதற்கும் வருவார்கள்!'' அம்மாவை, தான் பார்த்ததாக அவன் உறுதியாக நம்பினான்.

இருப்பினும், இறப்பு என்பது ஒரு புதிராகவே இருக்கிறது. இறப்பிற்குப் பின் என்ன என்பதும் எவருக்கும் தெரியாது. இறந்தவர்களின் உலகத்தையும் வாழ்பவர்களின் உலகத்தையும் பிரிக்கும் கோடு ஏதுமில்லையா? ஓர் உலகத்திலிருந்து வேறு உலகத்திற்கு அந்தச் சிறுவன் மிக இயல்பாக தாவிக் கொண்டிருந்தான். ஓர் அறையிலிருந்து மற்றொரு அறைக்குச் செல்வதுபோல். ஆனால், பின்னாட்களில் இந்த அனுபவங்களைப் பற்றி கேட்கும்போது கிருஷ்ணமூர்த்தி கருத்து ஏதும் கூறியதில்லை. அவை இப்போது தொடர்பற்றவை, முக்கியத்துவமற்றவை என்று மட்டும் சொன்னதுண்டு. அவை பொருளற்றவை: வாழ்வுடன் இணைந்த நம்பிக்கைகளால் தளைப்பட்டிருத்தலே!

பிற்காலத்தில், உலகின் பல்வேறு இடங்களில், மாபெரும் அவைகளில் பேசும்போதெல்லாம் அவரிடம் இறப்பைக் குறித்த கேள்வி தவறாமல் கேட்கப்படும்: இறப்பைக் குறித்த அச்சம், நாம் அறிந்தவை முடிவுறுவது குறித்த அச்சம் அக்கேள்வியில் பொதிந்திருக்கும். ''இறப்பென்று நாம் கூறுவதின் பொருள் என்ன'' என்று அவர் கேட்பார். பின்னர் ஆழ்ந்த சிந்தனையுடன் அவர் தொடர்வார். ''இடையறாது பயன்படுத்தப்படும் ஒன்றிற்கு நிச்சயம் முடிவு உண்டு: தொடர்ச்சியாக பயன்படுத்தப்படும் இயந்திரம் நிச்சயம் தேய்ந்து போகும். அவ்வாறே தொடர்ந்து பயன்பாட்டி லிருக்கும் தேகமும் அழிந்துபோகும்; வியாதிகள் மூலமாகவும், ஏதோ விபத்தின் மூலமாகவும், மூப்பின் வழியாகவும் இது நிகழும். இது தவிர்க்க முடியாதது. நூறு ஆண்டுகளிலும் இது நடக்கலாம். அல்லது பத்து ஆண்டுகளிலும் நடக்கலாம். ஆனால், பயன் பாட்டில் இருப்பது நிச்சயம் தேய்ந்து அழியத்தான் வேண்டும்.''

இறந்தவர்களின் உலகத்திற்கான கிருஷ்ணமூர்த்தியின் பயணம் மிக இளம் பருவத்தில் தொடங்கியிருக்க வேண்டும்: அம்மா எங்கே போயிருக்கக்கூடும் என்ற திகைப்பின் தொடர்ச்சியாக அது இருக்கலாம். அனைத்துக் குழந்தைகளுக்கும் முக்கியத் தேவையான அன்பையும் அரவணைப்பையும் அவனுக்குக் கொடுக்க இப்போது யாருமில்லை. அவன் பார்த்த அவன் அம்மாவின் உருவமும் ஒரு பொய்த்தோற்றமே; அவனது மனதின் வெளிப்பாடு. ஆனால், சிறுவயதில் அவனுக்கு ஏற்பட்ட ஈடுசெய்ய முடியாத அந்த பேரிழப்பால், மற்ற சிறுவர்களைப்போல் அவன் மனமுடைந்து போகவில்லை என்றே தெரிகிறது.

அறிவார்ந்த விஷயங்கள் பெருகியோடிய காலமாக பத்தொன்பதாம் நூற்றாண்டின் பிற்பகுதி இருந்தது. குறிப்பாக மேலை உலகத்தில். புதிய அறிவியல் கண்டுபிடிப்புகளின், புத்தாக்கங்களின் காலம் அது. காலம் மற்றும் இடம் குறித்த பழமைவாத கருத்துக்களை அக்கண்டுபிடிப்புகள் முற்றிலும் மாற்றி அமைத்தன. அறிவியல் சிந்தனை, வியத்தகு புரட்சியைக் கொணர்ந்தது. எண்ணத்தின் அனைத்துக் கூறுகளிலும் தாக்க மேற்படுத்தியது. சமூகத்தின் அனைத்து வர்க்கங்களிலும் மாற்றத்தை சாத்தியப்படுத்தியது. மக்களின் மனதில், தெளிவின்மையும் முரண்பாடுகளும் தோன்றிய காலம் அது: பெரும் குழப்பங்களை நிச்சயமின்மைகளை உண்டாக்கிய காலம். பழைய முறைமைகள் விலகின, இடம் கொடுத்தன. யாருக்கும் உறுதியாகத் தெரிய வில்லை... எதற்கு என்று.

இயந்திரங்களின் வருகை, பெரிய அளவிலான பொருளாதார வளத்தை அனைவரின் கைக்கெட்டும் தூரத்தில் வைத்தது. எனினும் பெரும்பான்மை மக்களின் சுமையாக அவர்களை வருத்தும் இழிவான வறுமையே இருந்தது. அறிவிற்கும் மற்றும் கற்பதற்குமான கதவுகளை அறிவியல் திறந்து வைத்தது. எனினும் அறியாமை தொடர்ந்தது. பகுத்தறிவும், தர்க்கமும் வெற்றி பெற்ற காலம்; இயற்கையின் விசித்திரங்களை ஆய்ந்தறிந்த அறிவியலின் காலம் என்றனர் மக்கள். எனினும் பழைய மூடநம்பிக்கைகள் புதிய ஆடையைப் போர்த்தி உலவின. ஏராளமான நன்மைகளுக்கான சாத்தியம் தெரிந்தது; ஆனாலும், அனைத்து திசைகளிலிருந்தும் ஏராளமான தீமைகள் மனித குலத்தை அச்சுறுத்தின.

காரல் மார்க்ஸின் காலம் அது; அவரது அழியா படைப்பான ‘தாஸ் கேப்பிடல்’, அதன் வியத்தகு தத்துவம் மக்களிடம் செல்வாக்கு பெற்றிருந்த காலம்; இதுவரை தங்களது உரிமைகளை, அதிகாரத்தை, வலிமையை அறியாதிருந்த மக்கள் ஒன்றிணையத் தொடங்கிய காலம். ஃப்ராய்டு, கார்ல் ஜங் போன்ற ஜாம்பவான்கள் இதுவரை எவரும் ஆய்ந்திராத மனித மனங்களின் ஆழ்தளங்களை வெளிப்படுத்தினர். மனிதனின் பரிணாம வளர்ச்சி குறித்தும், இறைவன் குறித்தும், வியப்பூட்டும் கோட்பாடுகளை விளக்கிய டார்வின் குறித்த விவாதங்கள் பெருகிய காலம்.

இவை அனைத்துமிருந்தும் தன்னைத்தானே அந்நியமாக்கிக் கொண்டதாகவே சமூகம் இருந்தது. தங்களது தொன்மையான வேர்களிலிருந்து விடுபட்டு விலகிப்போன ஏராளமான மக்களால் புதியன எதையும் கண்டறிய முடியவில்லை. தொன்மையான

மரபுகளின் பாதையிலிருந்து, புரிந்துகொள்ள முடியாத சக்திகளால் தாங்கள் திசை மாற்றப்பட்டதை அவர்கள் உணர்ந்தனர். அவர்கள் வாழ்ந்திருந்த, போற்றிப் பாதுகாத்த விழுமியங்கள் அனைத்தும் வீதியோரங்களுக்குத் தள்ளப்பட்டதை அறிந்தனர். நிலைதடுமாறி, குழப்பத்தில் மூழ்கிய இந்த உலகத்திலிருந்து மீள்வதற்கும், நம்புவதற்கும், நம்பிக்கையைப் பெறுவதற்குமான புதிய மதம் ஒன்றிற்காக மக்கள் ஏங்கினர். அது இயல்பானதே. அந்தப் புதிய நம்பிக்கை, அவர்களை ஏமாற்றாது: அந்த நம்பிக்கை, அறிவியலும் பகுத்தறிவும் நிறைந்த நவீன மொழியில் அவர்களுடன் உரையாடும். அந்த நம்பிக்கை, அவர்களது தொன்மையான கடந்த காலத்தில் வேரூன்றியிருக்கும் மூலாதாரங்களிலிருந்து மனதளவிலான பாதுகாப்பை அவர்களுக்கு பெற்றுத்தரும் என்று எண்ணினர்.

ஒரு புதிய தீர்க்கதரிசி, இறைவனின் ஆற்றுப்படுத்தும் சொற்களுடன் ஒரு மீட்பன் வருவானென்று ஒருவேளை அவர்கள் எண்ணியிருக்கலாம். அனைத்து மதங்களும் அத்தகைய ஒருவனைப் பற்றி பேசுகின்றன. பைபிள், குரான், பகவத்கீதை அனைத்தும் இந்த செய்தியைக் கொண்டிருக்கின்றன. ஒருவேளை, அந்த மீட்பர் வருவதற்கான நேரம் இது இல்லையா? மக்களின் மனதில் எதிர்பார்ப்பு பெருகியது. புதிய மீட்பரின் வருகை குறித்த செய்தி பரவ ஆரம்பித்தது. அவரது வருகைக்காக மக்கள் தயாராக இருக்க வேண்டும்!

4

இதற்குமுன் ஆங்கிலேயர் எவரிடமும் கிருஷ்ணா பேசியதில்லை. அவர்கள் ஆளும் வர்க்கம். சாதாரண இந்திய மக்களிடமிருந்து அவர்கள் எப்போதும் தள்ளியே இருந்தனர். சேர்ந்தார்போல் சில வார்த்தைகளைக் கூட அவனால் ஆங்கிலத்தில் பேச இயலாது. சார்லஸ் வெப்ஸ்டரின் முன்னால் நிற்கும்போது அவன் அச்சத்தால் வியர்த்திருந்தான்.

ஆனால், எண்ணியதைவிட கருணை மிக்கவராக அவர் தெரிந்தார். சகோதரர்களை தன் இருபக்கங்களிலும் அமர வைத்து, அவர்கள் தலைமேல் தன் கைகளை வைத்தவாறு அவர் பேசியபோது கிருஷ்ணாவிற்கு சந்தேகங்கள் மறைந்து நம்பிக்கை துளிர்த்தது.

சார்லஸ் வெப்ஸ்டர் ஒரு பிரம்மஞானி. பிரம்மஞானிகளைப் பற்றி கிருஷ்ணா கேள்விப்பட்டிருக்கிறான். அடையாறில்

அவர்களை அவன் அதிகம் பார்த்திருக்கிறான். தனது தந்தையும் அவர்களில் ஒருவர் என்பதையும் அறிந்திருந்தான். அவர் முக்கிய மான உறுப்பினர் இல்லை என்பது வேண்டுமானால் அவன் அறியாதிருக்கலாம். அதுவும் குறிப்பாக, சித்திகள் வாய்க்கப்பெற்ற உயர்நிலை உறுப்பினரல்ல. இப்பிரிவினர் அதிகம் கற்றவர்கள், ஆழ்ந்து சிந்திப்பவர்கள். உயர்வான எண்ணங்களும், உன்னதக் குணங்களும் நிறைந்த தூய்மையாளர்கள். இக உலகத்திற்கு அப்பாலிருக்கும் சூக்கும உலகுடன் தொடர்பில் இருப்பவர்கள். காலப்போக்கில் பிரம்மஞானிகளைப் பற்றி கிருஷ்ணா அதிகமான செய்திகளைத் தெரிந்துகொண்டான்.

பிரம்மஞான சபை, மேடம் பிளாவட்ஸ்கி அவர்களின் உழைப்பால் தோன்றியது. ஆன்மீக விவாதங்கள் நடைபெறும் இடங்களில் இவரது பெயர் பிரபலமாகத் தொடங்கி இருந்தது. இரஷ்யாவின் மேட்டுக்குடி ஒன்றில் பிறந்தவர் இவர். இங்கிலாந்தில் வாழ்ந்தவர். வேற்றுலகங்களுடன் தனக்குத் தொடர்பு உண்டு என்று கூறிக்கொண்டு இருந்தார். நம்மைச் சுற்றி சூக்கும உலகங்கள் இருக்கின்றன என்று அவர் அறுதியிட்டுக் கூறினார். அவர்களுக்கு விருப்பமான, தேர்ந்தெடுக்கப்பட்ட சிலர் மட்டுமே அவ்வுலகங் களை தொடர்புகொள்ள முடியும் என்றார் அவர். சந்தேகமின்றி, தேர்ந்தெடுக்கப்பட்டவர்களில் அவரும் ஒருவர். அவருக்கு அந்த அனுபவம் இருந்தது. அவ்வுலகங்களுக்கு அவர் பயணித்திருந்தார். அவ்வுலகில் இருக்கும் ஞானிகளுடன் உரையாடியிருந்தார்: இமயமலைக் குகைகளில், திபெத் மற்றும் நேபாளத்தின் மறை வான, இரகசியமான மடாலயங்களில் வாழ்ந்த ரிஷிகள், மத குருமார்கள் போன்றவர்கள். இவர்கள் மானுட உலகின் ஞானா சிரியர்கள்.

அவர்களுக்கு நூற்றுக்கணக்கில் வயதிருக்கும் என்றார் அவர். நம்மைப் போன்ற மனிதர்கள் பயன்படுத்தும் நாட்கள், மாதங்கள், ஆண்டுகள் போன்ற அளவீடுகளால் அவர்களது வயதை நாம் கணக்கிட முடியாது. ஆண்டுக்கணக்கில் இயற்றிய தீவிரமான தவத்தால், யோகப்பயிற்சிகளால் அவர்கள் இறைமை சக்திகள் பெற்றிருந்தனர். அவர்களால் வியத்தகு செயல்களை நிகழ்த்த முடியும். காலத்தையும் இடத்தையும் கடந்துசெல்ல முடியும். தங்களது சட தேகத்தை ஓரிடத்தில் கிடத்திவிட்டு, நுட்பமான சூக்கும தேகத்தின் மூலம் தாங்கள் விரும்பியவர்களை சந்திக்கவும் விருப்பமான இடங்களுக்குச் செல்லவும் அவர்களால் முடியும்.

இத்தகைய குருமார்களை அறிந்திருப்பதாக அவர்களைப் பார்த்திருப்பதாக பிளாவட்ஸ்கி கூறினார். அவர்கள் இறந்து போகவில்லை. உயிருடன், உயிர்ப்புடன் இருக்கிறார்கள். கடந்தகாலம், நிகழ்காலம், எதிர்காலம் குறித்த பல்வேறு செய்திகளை, இரகசியங்களை தன்னிடம் கூறியுள்ளனர். தங்களது அறிவனைத்தையும் தன்னிடம் ஒப்படைத்துள்ளனர் என்றும் அவர் கூறினார்.

அவர்பால், அவரது இறைமை தத்துவத்தின்பால் பலரும் ஈர்க்கப்பட்டனர். தனது புகழ்பெற்ற 'இரகசிய கோட்பாடு' என்ற நூலில் இவ்விஷயங்கள் குறித்தும், வேறு பல குறித்தும் அவர் எழுதியுள்ளார். இந்த குருமார்கள் உயர்நிலையை அடைந்தவர்கள்; பல நூற்றாண்டுகளில் வாழ்ந்த மாபெரும் மனிதர்களின் நற்குணங்கள், ஞானம், அறிவனைத்தும் தங்களிடம் கொண்டவர்கள். முழுநிறைவை, முழுமையான தூய்மையை அடைந்தவர்கள். பிளாவட்ஸ்கியின் மொழிவளம் சிக்கலானது, விநோதமானது. எனினும், இறைமைத் தத்துவ உலகின்பால் ஈர்க்கப்பட்டோரை கட்டிப்போடும் ஆற்றல் மிக்கது.

பிளாவட்ஸ்கி, வாழ்க்கையில் தனக்கொரு இலட்சியம் இருப்பதாக நம்பினார். இந்தியாவிற்கு 1879ஆம் ஆண்டு அவர் வந்தார். மாபெரும் ஆன்மிக மரபுகளைக் கொண்ட இந்தியா இந்த உலகின் நம்பிக்கையாகத் திகழ்ந்தது. சூக்கும வழியில் பயணம் செய்து குருமார்களை சந்தித்ததாக அவர் கூறினார். இந்த உலகைப் பற்றியும், மானுடத்தைப் பற்றியும் அவர்களது எண்ணத்தை கேட்டறிந்ததாக கூறினார். அவரது கூற்றினை அனைவரும் உண்மையென நம்பவில்லை. ஆனால், ஆர்வத்துடனும் வியப்புடனும் அவரது உரைகளைக் கேட்டனர். மிக ஆழ்ந்த ஆய்வை ஆன்மீக உலகில் நடத்தியிருப்பதாகவும், என்றும் பதினாறு வயதுடைய அழகிய இளைஞன் ஒருவன் இந்த உலகின் இறைவனாக இருப்பான் என்று தனது ஆய்வுகள் வெளிப்படுத்தியதாகவும் அவர் உரைத்தார். அவன் காலத்தினால் வரையறுக்க முடியாதவன். அவனுக்கு பிறப்புமில்லை, இறப்புமில்லை. அவனது பெயர் சனத் குமார். அவனே ஆகப்பெரியவன். பரலோகத்து உயிரினங்களின் படிநிலையில் அவனே அனைவருக்கும் தலைவன். அவனுக்குக் கீழ் முக்தியடைந்த மகான், பரிவின் அடையாளமாம் புத்தர் இருக்கிறார்.

புத்தருக்கு அடுத்த நிலையில் மூன்று முனிவர்கள், போதிசத்வ மைத்ரேயன், மஹாசோகன், மனு ஆகியோர் இருக்கின்றனர். அவர்கள் காக்கும் பணியைச் செய்கிறார்கள்.

முதலாமவர் மனிதனின் இதயத்தை அல்லது மனிதனின் ஆன்ம இயல்பை அடையாளப்படுத்துகிறார். இரண்டாமவர் மனித மனத்தை, அவனது அறிவை அடையாளப்படுத்துகிறார். மானுடச் செயல்களுக்கு உதவும் அங்கங்களை மனு அடையாளப் படுத்துகிறார். இந்த மூன்று காவலர்களுக்கும் அடுத்த நிலையில் இரண்டு குருமார்கள் இருக்கின்றனர். குரு கூட் ஹூமி மற்றும் குரு மோர்யா. மேடம் பிளாவட்ஸ்கியின் கண்டுபிடிப்புகள் இத்துடன் நிற்கவில்லை. இந்த உலகத்தில் வாழப்பிறந்து உரிய நேரம் வந்ததும் மரித்துப்போகும் எண்ணற்ற மனிதர்களின் வாழ்க்கையையும் அவரது ஆய்வுகள் கிளறின. மர்மங்கள் நிறைந்த இந்தப் பிரபஞ்சத்தில் அனைவருக்கும் அவரவருக்குரிய இடம் உண்டு; எந்த ஒற்றை உயிரும் மறக்கப்படவோ, விடுபடவோ இல்லை என்று அவர் கூறினார்.

குருமார்களின் உத்தரவின்படி அவர் அமெரிக்க நாட்டிற்குச் சென்றார். பிரம்மஞானம் என்ற புதிய மதத்தைத் தோற்றுவித்த மனிதரை அங்கு சந்தித்தார். கர்னல் ஹென்றி ஸ்டீல் ஆல்காட் என்பது அவர் பெயர். அவர் பலரும் அறிந்த ஆன்மீகவாதி. பெரும் மகான்களுடன் பேசியவர். மானுடத் துன்பங்களுக்கும், அறியா மைக்கும் அவரது பிரம்மஞான சபைதான் ஒரே தீர்வு என்று மேடம் பிளாவட்ஸ்கி கருதினார். கர்னல் ஆல்காட்டின் இயக்கத்தில் தன்னை அவர் இணைத்துக் கொண்டார். அவருடன் கீழை நாடுகளில் பயணம் மேற்கொண்டார். கீழை நாடுகள்தான் ஆன்மீகத்தின் உறைவிடம்; உலகப் பிரச்சனைகளுக்கான தீர்வை, மீட்பிற்கான சாத்தியத்தை கீழை உலகுதான் கொண்டிருக்கிறது என்று அவர்கள் கருதினர். பிரம்மஞானம் என்ற தங்களது புதிய சிந்தனை வீச்சை இந்தியாவிற்கு அவர்கள் கொணர்ந்தனர். அறிவு ஜீவிகள் பலரும் இதன்பால் ஈர்க்கப்பட்டனர்.

சென்னையின் ஒருபகுதியான அடையாறில் ஒரு நிலப் பரப்பை கர்னல் ஆல்காட் 1882இல் விலைக்கு வாங்கினார். பிரம்மஞான சங்கத்தின் சர்வதேச தலைமையகத்தை அங்கு நிறுவினார். பலரும் அவ்வமைப்பில் தங்களை இணைத்துக் கொண்டனர்.

முதல்நாள் வெப்ஸ்டரின் அருகில் அமர்ந்திருந்த கிருஷ்ணா விற்கு இவ்விஷயங்கள் எதுவும் தெரியாது. உலகம் அப்போதுதான் அவன் முன்னால் விரியத் தொடங்கியிருந்தது.

மேடம் பிளாவட்ஸ்கியின் கீழ் அன்னி பெசண்ட் என்ற ஐரிஷ் இளம் பெண்ணும் பணிபுரிந்தார். இவர் கிருஷ்ணாவின் வாழ்வில் பெரும் பாத்திரத்தை வகிக்கப் போகிறார்.

5

கிருஷ்ணாவின் வளர்ச்சியில் அன்னி பெசண்ட் பிரிக்க முடியாத அங்கம். ஆகவே, அவரைப் பற்றிக் கூறாமல் ஜிட்டு கிருஷ்ணமூர்த்தி குறித்த எந்த விவரிப்பும் முழுமை பெறாது.

1847இல் இங்கிலாந்தின் மத்தியதர குடும்பமொன்றில் அன்னி பெசண்ட் பிறந்தார். ஐரிஷ் இனத்தவர். சிறுவயதிலிருந்தே, அவரது 'விரல் நுனிகளில் மதவிஷயங்கள்' இருந்தன. கிறித்துவத்தில், அதன் செய்தியான தெய்வீக அன்பில், கருணையில் அதிகமான பிடிப்பைக் கொண்டிருந்தார். மகிழ்ச்சி நிரம்பிய இல்லத்தில், சலனமற்ற, சீரான, அமைதியான சிறார் பருவம் அவருடையது. பதின் பருவத்திலேயே ரெவெரெண்ட் ஃப்ராங்க்பெசண்ட் என்ற மதபோதகருக்கு மணம் செய்து வைக்கப்பட்டார். அவர்களுக்கு இரண்டு குழந்தைகள் பிறந்தன.

திடீரென்று ஒருநாள் அந்த திருமணம் முறிந்தது. அவர் தாங்கிக் கொண்ட சிறிதும் பெரிதுமான சச்சரவுகள், அவமானங்கள், வன்முறைகளின் உச்சமான வெளிப்பாடாக அது அமைந்தது. நடுத்தெருவில் வீசப்பட்ட அவரிடம் தினசரி வாழ்வைக் கடத்தவும் நிதியற்றநிலை. அவரது நண்பர்களும் அவரைவிட்டு விலகி விட்டனர். கவனித்து வளர்க்கும் தகுதி அவரிடம் இல்லையென்று கூறி அவரது குழந்தைகள் அவரிடமிருந்து பிரிக்கப்பட்டனர். அவரது சமூகமும், மதமும் வரையறுத்திருந்த வாழ்க்கைப் பாதையிலிருந்து அவர் விலகிவர நேரிட்டது.

அவரது இருப்பின் ஆணிவேராக இரும்பையொத்த அவரின் அச்சமற்ற தன்மை இருந்தது. அவரது நிலையில் யாராக இருப்பினும் உடைந்து போயிருப்பார்கள்! ஆனால், அன்னி பெசண்ட் கேள்விகளை எழுப்பத் தொடங்கினார். நாகரீக மடைந்து விட்டதாக, வளர்ச்சி பெற்றுவிட்டதாக நாம் கூறும் இந்த சமுதாயத்தில் காணப்பெறும் தவறுகளை, நியாயமற்ற செயல்களை, பாசாங்குத்தனத்தை, மிருகத்தனத்தை, அனைத்தையும் அவர் கேள்வி கேட்டார். தனிப்பட்ட தன்னுடைய வாழ்க்கைப் போராட்டத்தில், பயங்கரமான கொடுமைகள் நிறைந்த, அநீதிகள் மலிந்த, அறியாமை நிறைந்த, பாரபட்சமும் துன்பங்களும் நிறைந்த இந்த உலகில் வாழும் இலட்சக்கணக்கானவர்களின் அவதிகளைக் கண்டார். தொன்மையான நிறுவனங்களை, அவற்றின் அதிகாரத்தை அவர் கேள்வி கேட்டார். தன்னை வளர்த்தெடுத்த கிறித்துவ

அமைப்பை, இயேசு கிறித்துவின் தெய்வீகத்தை, சடங்குகளை, சம்பிரதாயங்களை, திருமணத்தின் புனிதத்தை அதற்குள் மறைந்திருக்கும் பொறிகளை அவர் தட்டிக் கேட்டார். மனதில் தோன்றிய எண்ணங்களை அவர் உரக்கச் சொன்னார்.

அவரை நோக்கி கீழ்த்தரமான வசைமொழிகள், அவதூறுகள் வீசப்பட்டன. ஆனால் அவர் கலங்கவில்லை, வறுமையை, அநீதியை எங்கு கண்டாலும் தானாகவே முன்வந்து அவர் எதிர்த்தார். ஒற்றை ஆளாகப் போராடினார். நம்பமுடியாத உத்வேகத்துடன், உறுதியுடன் போரிட்டார். அவர் காலத்து வலிமை மிக்க விக்டோரிய சமூகத்தை எதிர்த்து நிற்கும் மனவலிமையும், உணர்வும் அவருக்குள் கொழுந்துவிட்டு எரிந்தன.

தொடர்ச்சியான, சோர்வற்ற அறப்போராட்டங்கள், சிறிது காலத்திலேயே, அன்னி பெசண்ட்டிற்கு நண்பர்களையும் தோழர் களையும் கொண்டுவந்து சேர்த்தன. அவரது தளராத கொள்கைப் பிடிப்பும் உறுதியும் விரைவில் அவரை அனைவரும் அறிந்தவராக்கின.

அவர் இறைமறுப்பாளராக மாறியபோது, அது இழிந்து போதலின் இறுதிப்படியாக பலருக்கும் தோன்றியது. தொன்மையான மதத்தை அவர் தாக்கினார். அதனைத் தீமையென்று கூறினார். இந்த உலகத்தில் தீமைகளை ஒழிக்க மதங்கள் ஏதும் செய்யவில்லை என்றார். மனிதனுள் உறங்கும் மிருகத்தில் இந்தத் தீமைகளின் தடங்களை அவர் கண்டார். இத்தகு மனப்போக்குகளை கட்டுக்குள் வைக்க உதவும் வெளிசக்திகள் ஏதுமில்லை; மனிதனே அதனை செய்துகொள்ள வேண்டும். மதம் என்ற பெயரில் உலவும் தொன்மையான மூடநம்பிக்கைகளின் இடத்தில் அறிவியல் சார்ந்த சிந்தனையை வைக்கவேண்டும். அறியாமை எங்கும் நிறைந்திருக்கிறது; தன்னைத்தானே அது புதுப்பித்தும் கொள்கிறது. அனைத்திலும் பெரிய தீமை இதுதான். ஏனெனில், அறியாமை என்பது குருட்டுத்தனம்; குருட்டுத்தனத்தையே அது வளர்த்தெடுக்கும். வறுமை ஒரு தீமை; சுகாதாரமற்ற வாழ்க்கையும் ஒரு தீமைதான். இந்த இரண்டு தீமைகளிலிருந்துதான் குற்றங்கள் பிறக்கின்றன. உள்ளார்ந்த பரிவுடன் ஏழைகளின் துயரங்களுக்காக, அடித்தட்டு மக்களுக்காக, சமூகத்தால் ஒதுக்கப்பட்டவர்களுக்காக அவர் பேசினார். அத்தகைய மக்கள், எல்லா இடங்களிலும், சுதந்திரச் சிந்தனை நசுக்கப்படும் இடங்களில் எல்லாம் இருக்கிறார்கள் என்றார்.

அரசியலிலிருந்து தனது போராட்டத்தைத் தொடங்க அவர் அக்கறை கொள்ளவில்லை. எனினும் மானுடப் பிரச்சனைகளில் இருக்கும் அரசியல் கூறுகளின் பக்கம் மேலும் மேலும் தான் ஈர்க்கப்பட்டதை அவர் உணர்ந்தார். ஏனெனில், அவை மனிதர்களின் வாழ்வுடன் இரண்டறக் கலந்தவை. அரசியல், மனிதர்களின் வாழ்வில் தாக்கம் ஏற்படுத்துகிறது. ஆகவே, அவருக்குள் அரசியல் மீதான அக்கறையும் எழத் தொடங்கியது. அவர் முன்னெடுத்த ஒவ்வொரு செயல்நோக்கங்களும் அவருக்கு புதிய அர்த்தங்களைத் தந்தன. விரிவடைந்த அவரது அறிவும், மனமும், அரசாங்கத்திற்கு எதிராகவும், அடக்குமுறையும் ஆக்கிரமிப்பும் நிறைந்த அதன் கொள்கைகளுக்கு எதிராகவும் அவரை நிறுத்தின.

தூக்குத் தண்டனைக்கு எதிரான, கசையடித் தண்டனைகளுக்கு எதிரான போராட்டங்களை அவர் முன்னின்று நடத்தினார். துப்பாக்கிகளுக்கு மாற்றாக தேசிய அளவிலான கல்வித் திட்டத்தையும், போர்க்கப்பல்களுக்கு மாற்றாக பொது நூலகங்களையும் நிறுவிடக் கோரினார். அது இராணுவம் விரிவடைந்து கொண்டிருந்த காலம். பிரிட்டிஷ் சாம்ராஜ்யம் அதன் உச்சத்தில் இருந்த நேரம். ஆகவே, புரட்சியாளராக, கலகக்காரராக அவர் அறிவிக்கப்பட்டது வியப்பான செய்தியல்ல. ஏனெனில், பிரிட்டிஷ் ஆளுகையின் கீழிருந்த அயர்லாந்து, ஆப்கானிஸ்தான், பர்மா, இந்தியா, ட்ரான்ஸ்வால் போன்ற இடங்களில் அதன் அடக்குமுறை தர்பாருக்கு எதிராக அவர் குரலெழுப்பனார்.

இக்காலங்களில், அவரது சிந்தனை புதிய திசைகள் நோக்கி அலைந்து கொண்டிருந்தது. மரபின் வழி சமூகக்கோட்பாடுகளுக்கு அவர் அடிபணிய மறுத்தார். உலகத்தில் காணப்படும் பிரச்சனைகளுக்கான ஒரே தீர்வு, நேர்மையான வாழ்க்கைமுறை என்பதில் அவர் நம்பிக்கை கொண்டார். இருப்பினும் கேள்வி நீடித்தது. அவர் தன்னை இணைத்துக் கொண்ட இயக்கம் ஒவ்வொன்றும் ஏதோவொரு அம்சத்தில் குறைபாடு கொண்டதாகவே இருந்தது. பொருளாதார, அரசியல் தீர்வுகள் மட்டுமே உலகத்தின் பிரச்சனைகளைப் போக்க முடியாது; அல்லது மனிதர்களுக்கு மகிழ்ச்சியைத் தந்துவிடாது என்பதை அவர் மீண்டும் மீண்டும் உணர்ந்தார். அனைத்து இயக்க வேலைகளுக்கும் பின்னால், அந்தக் கேள்வி மீண்டும் மீண்டும் உரக்க ஒலித்துக் கொண்டேயிருந்தது. துயருரும் இந்த உலகத்திற்கான நம்பிக்கை எங்கே இருக்கிறது?

டார்வினின் காலமான அந்நாட்களில், அனைவராலும் விருப்பத்துடன் விவாதிக்கப்பட்ட பொருளாக பரிணாம வளர்ச்சி சிந்தனை இருந்தது. அதுபோன்றே அன்னி பெசண்ட் அவர்களின் கூர்மையான கருத்துகளும் மக்கள் மனதில் ஆழ்ந்த தாக்கத்தை ஏற்படுத்தத் தவறவில்லை. எதிர்ப்புகள் எத்தன்மையானதாக இருப்பினும் அவரை எவரும் ஒதுக்கிவிட முடியாது. ஆகவே, மனிதர்களின் மீட்பிற்கு, உயிர்ப்பிற்கு உணவைவிட முக்கியமான வேறொன்று இருப்பதாக அவர் பேசியபோது அனைவரும் கேட்டனர். அவர் இப்போது மனிதனின் உள்மன வாழ்வைப் பற்றி பேசத் தொடங்கி இருந்தார். மனிதன், அவனது பௌதீக தேகத்தை விடவும் மேலானவன். மனிதனுக்குள் ஆன்மா உறைகிறது. இவற்றையெல்லாம் ஆய்வு செய்யத் தொடங்கினார். இந்த ஆய்வுகள் அவரை மேலும் பல நூல்களைப் படிக்கச் செய்தன. மேடம் பிளாவட்ஸ்கியின் இரகசிய கோட்பாடு நூலையும் படித்தார். பிளாவட்ஸ்கியின் கருத்துகள் அவரிடம் ஆழ்ந்த தாக்கத்தை ஏற்படுத்தின. அவரின் தீவிரமான சீடராக அன்னி பெசண்ட் மாறிப்போனார்.

புதிய தேடுதல் தொடங்கியது. பொருட்களின், மனிதர்களின் ஆன்மீக இயல்பு குறித்த தேடுதல். அவர் பிரம்மஞானியாக மாறினார்; இந்தியாவிற்கு, பனாரஸ் நகரத்திற்குப் பயணம் மேற்கொண்டார். ஏனெனில், தொன்மையான தத்துவங்களின், மதம் சார்ந்த சிந்தனைகளின் உறைவிடம் இந்தியா என்று பிரம்மஞானிகள் நம்பினர். உலகப் பிரச்சனைகளின் தீர்விற்கு இந்தியச் சிந்தனை வழிகாட்டுவதாக நம்பினர். பனாரஸ், அன்னி பெசண்ட்டின் வாழ்விடமாகியது. இந்தியச் சிந்தனைகளின், தத்துவங்களின் ஒவ்வொரு அம்சத்தையும் அவர் கற்றார்; ஆராய்ந்தார். ஏராளமான மனிதர்களை, அறிஞர்களை, அரசியல்வாதிகளை, ஆசிரியர்களை, சமூகத்தின் அனைத்துத் தரப்பினரையும் சந்தித்தார். சுவீகரித்துக் கொண்ட தேசத்தை அறிந்து கொள்ள வேண்டும் என்ற ஆர்வத்தில் அவர் இதனைச் செய்தார்.

இந்திய விடுதலைப்போர் தீவிரம் அடைந்த நேரம் அது. விடுதலைப் போரின் மைய நீரோட்டத்தில் அவர் தன்னை இணைத்துக் கொண்டது இயல்பானதே. பிரம்மஞானத்தின் மீதான ஆர்வமும், அர்ப்பணிப்பும் எவ்வித மாற்றமுமின்றி தொடர்ந்தன. ஆனால், அவர் இப்போது அரசியல் உரிமைகளுக்கான போராட்டத்தில் ஈடுபட்டிருந்தார். அவர் மகாத்மா காந்தியையும் சந்தித்தார். விடுதலை குறித்த காந்தியின் சிந்தனைப் போக்குடன்

இவர் உடன்படவில்லை. புரட்சிகரமான வழிகளைப் பேசினாலும் பேரரசிடமிருந்து முழுமையாக முறித்துக் கொள்வதை இவர் ஆதரிக்கவில்லை. 1914இல் முதல் உலகப்போர் தொடங்கிவிட்டது. ஏற்கனவே இந்தியர்கள் முழு விடுதலை என்ற கோரிக்கையை முன்வைத்திருந்தனர். ஆனால், அன்னி பெசண்ட் ஹோம் ரூல் என்ற கோரிக்கையை முன்வைத்தார். காமன்வெல்த் சபையில் இந்தியாவின் இடத்திற்காக அவரது குரல் தெளிவாக ஒலித்தது. இந்திய தேசிய காங்கிரஸின் தலைவராகவும் சில ஆண்டுகள் இருந்தார். போர் தொடங்கிவிட்ட நிலையில், சிறிதுகாலம் உதகமண்டலத்தில் சிறைவாசமும் இருந்தார்.

சரியான கல்வி முறையில்தான் மனிதப்பிரச்சனைகளின் தீர்வு இருப்பதாக அவர் கருதினார். எனவே பிரம்மஞான சபையின் பள்ளி ஒன்றை கங்கைக்கரையில் நிறுவினார். பனாரஸில் தொடங்கப்பட்ட அப்பள்ளி பெண்களுக்கானது. பின்னாட்களில் மத்திய ஹிந்து கல்லூரியையும் பனாரஸில்தான் அவர் நிறுவினார். இந்த இரு நிறுவனங்களிலும், இந்திய மண்ணில் வேரூன்றியிருக்கும் கல்விமுறையை, உயிரோட்டத்துடன் சொல்லித் தருவதற்கான சூழலை உருவாக்க அழுத்தம் தரப்பட்டது.

ஒரு வேலையைச் செய்யும்போது, அதனைத் திறம்பட செய்யவேண்டும் என்பதில்தான் கவனம் கொள்ளவேண்டும்; அதன் விளைவை மனதில் கொண்டு இயங்கக்கூடாது; இந்த நிலைப்பாடே சிறந்தது என்ற எண்ணம் அவருள் வளர்ந்து கொண்டே இருந்தது. இத்தகு அணுகுமுறை இல்லாத வேலை கறைபட்டதே. அன்பிற்காகவே வேலை செய்ய வேண்டும். அதில் கொடுத்தல் என்பது மட்டுமே இருக்கவேண்டும். திரும்பப் பெறுதல் கிடையாது. மேடம் பிளாவட்ஸ்கியை சந்தித்தபின், தெய்வீக சக்தி, புலன் விழிப்புநிலை ஆகியவற்றின் இருப்பு குறித்து அவரது ஆய்வுகளும் தேடல்களும் தொடர்ந்தன. அதேநேரத்தில் இந்திய விடுதலைக்கான மாபெரும் போராட்டத்திலும் ஈடுபட்டிருந்தார். குருமார்கள் தனக்கு அவ்விதம் கட்டளை இட்டிருப்பதாக மனதளவில் அவர் நம்பினார். பிரம்மஞான சபையின் தலைவராகவும் அவர் தேர்ந்தெடுக்கப்பட்டார். சார்லஸ் வெப்ஸ்டரை சந்தித்தபோது அவரது இறைமைசக்திகளில் இவர் நம்பிக்கை கொண்டார். அப்போது வெப்ஸ்டருக்கு ஆதரவாக, அவருக்கு சாதகமாக அதிகமானோர் இல்லை. ஆனால், அன்னி பெசண்ட் அவருடன் இணைந்து பணி செய்தார். அவரால் மிகத் தீவிரமாக ஆட்கொள்ளப்பட்டார்.

6

சார்லஸ் வெப்ஸ்டர், சிறுவன் கிருஷ்ணாவை அன்னி பெசண்ட்டிடம் அழைத்து வந்தார். சில ஆண்டுகளுக்கு முன் தன்னிடம் வேலை கேட்டு வந்த, அரசுப்பணியிலிருந்து ஓய்வு பெற்ற ஜிட்டு நாராயணய்யாவின் மகன்தான் கிருஷ்ணா என்பதை அவர் அறிந்து கொண்டார். இந்தச் சிறுவன் மூலமே இவ்வுலகில் இறைவன் மைத்ரேயன் அவதரிக்கப்போகிறான் என்று அவரிடம் சார்லஸ் வெப்ஸ்டர் விளக்கினார். முதலில் அன்னி பெசண்ட் இதனை நம்பவில்லை. இந்த உயர்பதவிக்கு வேறு சில போட்டியாளர்களும் உள்ளனர் என்பதும் அவருக்குத் தெரியும். ஆனால், அப்பதவிக்கு மிகத்தகுதியானவர் கிருஷ்ணா மட்டுமே என்று அவரை நம்பவைப்பதற்கு, சார்லஸ் வெப்ஸ்டருக்கும் பிரம்மஞான சபையின் ஏனைய உறுப்பினர்களுக்கும் அதிக நாட்கள் பிடிக்கவில்லை. காலப்போக்கில், கிருஷ்ணாவின் உயர்விற்காக அன்னி பெசண்ட் முழுமையாகத் தன்னை அர்ப்பணித்துக் கொண்டார். இச்சிறுவர்கள் தனது இருப்பிடமான எண்கோண பங்களாவில் இருப்பதே நல்லது என்றார் சார்லஸ் வெப்ஸ்டர். நாராயணய்யாவை இதனை ஏற்றுக்கொள்ள வைக்கவேண்டும் என்பதில் பெசண்ட் முழுமையாக உடன்பட்டார்.

சிறுவர்கள் படித்துவந்த அரசுப் பள்ளியிலிருந்து அவர்களை உடனடியாக மாற்ற வேண்டும். அந்தப் பள்ளியின் ஆசிரியர், ‘முறையாகக் கற்காதவர், நுன்னுணர்வற்றவர், சிறுவர்களுக்குக் கற்பிக்கத் தகுதியற்றவர்’ என்றார் சார்லஸ் வெப்ஸ்டர். கிருஷ்ணா வின், நித்யாவின் நடவடிக்கைகள் இவ்வாறாக கட்டுப்படுத்தப் பட்டன. அன்னி பெசண்ட்தான் அவர்களது தாய். அவரை இவர்கள் அம்மா என்றழைக்க வேண்டும் என்று கூறப்பட்டது. இருவர்மீதும் அவர் கொண்டிருந்த பேரன்பு, அன்னி பெசண்ட்டின் வாழ்வில் மிக முக்கியமானது. இறக்கும் தருணம்வரை மாறாத பாசத்துடன் அவர்கள்மீது இவர் அன்பு செலுத்தினார்.

சார்லஸ் வெப்ஸ்டரின் முழுமையான கட்டுப்பாட்டின் கீழ் அவர்கள் பராமரிக்கப்பட்டனர். அவர்களது தங்குமிடமாக எண்கோண பங்களா அமைந்தது. அவர்களுக்கு அங்கேயே பாடங்களும் நடந்தன. அன்னி பெசண்ட்டை மிகவும் மதித்தவர் நாராயணய்யா. எனவே இந்த விஷயங்களில் ஏதேனும் மாறுபட்ட கருத்துகள் இருந்தாலும் அவற்றை அவர் வெளிக்காட்டவில்லை.

அன்னி பெசண்டின் இதயத்தில் சிறுவர்களின் நலனே பிரதானமாக இருக்கிறது என்று நாராயணய்யா உறுதியாக நம்பினார். இருப்பினும் அவரால் அமைதியாக இருக்க முடியவில்லை. ஏனெனில் சிறுவர்களின் மீது சார்லஸ் வெப்ஸ்டரின் ஆதிக்கம் அதிகமாக இருந்தது. அவர் இப்போது சிறுவர்களின் வாழ்க்கை முறையையே முற்றிலும் மாற்ற முனைந்துவிட்டார். சிறுவர்களை பள்ளிக் கூடத்திலிருந்து மாற்றியதே நாராயணய்யாவிற்கு பிடிக்கவில்லை. அவரது அமைதியற்ற மனநிலை தினமும் அதிகரித்துக் கொண்டே போயிற்று. சிறுவர்கள் தொடர்பான விஷயங்களை அவர் உன்னிப்புடன் கவனித்து வந்தார். சிறுவர்கள் இப்போது தாய்மொழி யான தெலுங்கையே மறக்கும் நிலைக்கு தள்ளப்பட்டிருந்தனர். சார்லஸ் வெப்ஸ்டர் அவர்களை ஆங்கிலத்தில் பேசுவதற்கு மட்டுமே அனுமதித்தார். ஆனால், அவர்களுக்கு ஆங்கிலம் அவ்வளவாகத் தெரியாது. சில சொற்களோ, வாக்கியங்களோ மட்டுமே பேசமுடியும்.

ஆனால், இச்சூழலை சரிசெய்ய சார்லஸ் வெப்ஸ்டர் கடுமையாக உழைத்தார். சிறுவர்கள் தாய்மொழியை மறந்து அதிக நாட்கள் ஆகவில்லை. அதற்குள் நாராயணய்யாவை குழப்பும் தகவல் ஒன்று அவர் காதிற்கு எட்டியது. சார்லஸ் நெறியற்ற நடத்தை கொண்டவர் என்ற செய்தியே அது. பங்களாவில் நடப்பதாக, மனதைச் சுளிக்க வைக்கும் கதைகள் பல அவரின் காதுக்கு எட்டின. இதன் காரணமாக, நாராயணய்யா அவ்விடத்தை விட்டு சற்றுத் தள்ளியே இருந்தார். நடப்பவற்றை மிகக் கவலையுடன் கவனித்து வந்தார். எப்படி இருந்தால் என்ன? அன்னி பெசண்ட் இருக்கிறார். அவர் பார்த்துக் கொள்வார். அவருக்கோ அவரது குழந்தைகளுக்கோ எந்த தீங்கையும் அவர் செய்யத் துணிய மாட்டார் என்பதை அவர் உணர்ந்திருந்தார்.

இந்த உலகின் எதிர்கால ஞானாசிரியன் கிருஷ்ணாதான் என்பதில் அன்னி பெசண்ட் மிக உறுதியாக இருந்தார். அந்த பெரும்பணிக்காக அச்சிறுவர்களை சார்லஸ் வெப்ஸ்டர் உருவாக்குவ தாக நம்பினார். குருமார்கள் கூறியதன் அடிப்படையில்தான் இவையனைத்தும் நடக்கின்றன. இதில் நாராயணய்யா ஏன் தலையிட வேண்டும் என்று அவர் எண்ணினார். பிரம்மஞான சபையினருக்கும், தனது மனக்குழப்பங்கள் மற்றும் சந்தேகங்களுக்கும் இடையில் நாராயணய்யா அல்லாடினார்.

இந்நேரத்தில், உலகெங்கிலுமிருந்த பிரம்மஞான சபையினர் அந்த ஞான ஊர்தி கிருஷ்ணாதான் என்பதில் முழுமையான

நம்பிக்கை கொண்டனர். சார்லஸ் வெப்ஸ்டரின் ஆய்வுகள் கிருஷ்ணாவைப் பற்றிய வியத்தகு வரலாற்றை வெளிக் கொணர்ந்தன. கிறிஸ்துவிற்கு பல நூற்றாண்டுகட்கு முற்பட்ட வரலாறு அது. அந்த அவதாரங்களில் ஒன்றில் கிருஷ்ணாவின் பெயர் அல்ஸியோன். நித்யாவின் பெயர் மிஸார். இந்தப் பெயர்களில் தான் இச்சிறுவர்கள் இப்போது பேசப்பட்டனர். ஆய்வுகள் தொடர்ச்சியாக அதிவேகத்தில் நடந்தன. சார்லஸ் வெப்ஸ்டரது ஆய்வுகளின் விளைவாக முழுமையான உறவுப்பின்னல் ஒன்று வெளிப்பட்டது. இச்சிறுவர்களுடன் ஏதோ ஒருவிதத்தில் தொடர்புடையவர்கள் இதில் இடம் பெற்றனர். இச்சிறுவர்களின் வாழ்க்கையில் ஏதோ ஒரு பாத்திரத்தை அவர்கள் ஏற்றிருந்தனர். அந்த அமானுஷ்ய உலகில் யாருக்கு எந்த இடம் என்பதை அறிந்து கொள்வதில் பிரம்மஞானிகள் மத்தியில் பேரார்வம் உண்டாகியது. இக உலகிற்கு அப்பால் அவர்கள் அழைத்துச் செல்லப்பட்டனர். தங்களது சூக்கும உடல்மூலம் அவர்கள் பயணித்தனர். இந்த சூக்கும உடல் பயணம் பிரம்மஞானிகளுக்கு இயல்பானதாக, நம்பகமானதாக, வசதியாக இருந்தது. இரயில் பயணம் அல்லது மோட்டார் வண்டி அல்லது ஆகாய விமானப் பயணம் போல.

குருமார்களின் முன் சிறுவர்களை அழைத்துச் செல்ல சார்லஸ் வெப்ஸ்டர் முடிவெடுத்தபோது கிருஷ்ணாவிற்கு பதிமூன்றரை வயது. 1909 ஆம் ஆண்டு டிசம்பர் 31ஆம் தேதி இரவு அந்த நிகழ்வை-அவர்களுக்கான முதல் தூண்டுதல் நிகழ்வை நடத்த திட்டமிட்டார் அவர். தீட்சையில் முழுமை பெற்றவர் என்று அறிவிக்கப்படும் முன் மொத்தம் ஐந்து தூண்டுதல்களை அவர்கள் பெறவேண்டும். சில நேரங்களில் இந்த ஒட்டு மொத்தப் பயிற்சியும் முடிவதற்கு ஒழுக்கக் கட்டுப்பாடுகள் நிறைந்த, ஜென்மங்கள் பலவற்றின் மாணாக்க அனுபவமும் விடாமுயற்சியும் தேவைப்படும். முன்னதாக சார்லஸ் வெப்ஸ்டர் இவ்விஷயங்கள் குறித்து குருமார்களிடம் தெரிவித்திருந்தார். அவர்களும் கிருஷ்ணாவை எப்படி எச்சரிக்கையுடன் பராமரிக்க வேண்டும் என்பது குறித்த தெளிவானக் கட்டளைகளை அளித்திருந்தனர். எத்தகு உணவை அவன் எடுத்துக் கொள்ள வேண்டும்; எந்த மாதிரியான உடைகளை அணிய வேண்டும்; எவருடன் பழக வேண்டும்; எவரைத் தவிர்க்க வேண்டும்; எத்தனை மணி நேரம் தூங்க வேண்டும். இவையனைத்தும் குருமார்கள் திட்டமிட்டவை என்று சார்லஸ் வெப்ஸ்டர் கூறினார்.

இந்நேரத்தில் சகோதரர்கள் அவரது முழுக்கட்டுப்பாட்டில் வந்துவிட்டனர். தந்தையின் இல்லத்திற்கும் அவர்களால் செல்ல

முடியவில்லை. மாபெரும் இலட்சியத்திற்காக சிறுவர்களை அவர் அர்ப்பணிக்க வேண்டும் என்று நாராயணய்யாவை சம்மதிக்க வைக்க சார்லஸும் பெசண்டும் முயன்றனர். குருமார்களுடன் அன்னி பெசண்ட் தொடர்பில் இருக்கிறார் என்பதை நம்புவதற்கு நாராயணய்யா விரும்பினார். சூக்கும உடல்மூலம் அவர்களது இடம் சென்ற பெசண்டிடம் தேவையான கட்டளைகளை அவர்கள் அளித்திருப்பதாக அவர் நம்பினார். ஆனால், சார்லஸ் வெப்ஸ்டரை நம்புவதற்கு அவர் தயாரில்லை. எனினும் அவரது எதிர்ப்புகள் பயனற்றுப் போயின. ஏனெனில் ஆன்மீகப் பாதையில் அன்னி பெசண்டும் சார்லஸ் வெப்ஸ்டரும் நெடுந்தூரம் சென்றிருந்தனர். மகாத்மாக்களை சந்திப்பதில் மேடம் பிளாவட்ஸ்கி, கர்னல் ஆல்காட், சார்லஸ் வெப்ஸ்டர், அன்னி பெசண்ட் ஆகியோர் திறமை பெற்றவர்கள் என்று பிரம்மஞானிகள் கருதினர். அவர்களின் கடந்தகாலப் பிறவிகள் பலவற்றில், ஆன்மீகத்தில் அவர்கள் அடைந்திருந்த மேன்மை, கடைப்படித்த சிறந்த யோக முறைகள், பயிற்சிகள் ஆகியவற்றின் வெளிப்பாடுதான் இதனை சாத்தியப் படுத்தியது என்று அவர்கள் எண்ணினர். ஆனால், வைதீக பிராமண மரபில் வளர்ந்திருந்த, பிரம்மஞானியான நாராயணய்யாவிற்கு முற்றிலும் நம்பிக்கை ஏற்படவில்லை.

குருமார்கள் குறிப்பிட்டிருந்த ஒழுக்க முறைகள் எவ்விதத்தி லும் எளிமையானவை அல்ல. பின்னாட்களில் கிருஷ்ணமூர்த்தி தனது உரைகளில் இவற்றைப்பற்றி என்றைக்கும் குறிப்பிட்ட தில்லை. ஆனால், ஒழுக்க முறைகள் குறித்தும் வாழ்வில் அவற்றின் பங்கு பற்றியும் அவ்வப்போது கேட்கப்பட்ட கேள்விகளுக்கு அவர் பதில் அளித்துள்ளார். எனினும் அப்பயிற்சி அனுபவங்கள் குறித்த தனது கருத்துகளை அவர் வெளிப்படுத்தியதில்லை. மாணவப் பருவத்துடன் இணைந்துபோகும் இக்கட்டுப்பாடுகள், மனதளவிலும் உடலளவிலும் முற்றிலும் தூய்மையான வாழ்க்கை வாழ்வதை வற்புறுத்துகின்றன.

சூக்கும தேகத்தின் வழியாக குருமார்களைச் சந்திக்க பதிமூன்றரை வயதேயான கிருஷ்ணமூர்த்தி அதற்குத் தேவையான பயிற்சிகள் அனைத்திலும் தேர்ச்சி பெற வேண்டியிருந்தது. இவற்றை அவன் கீழ்ப்படிந்து ஏற்றுக் கொண்டான். ஆசிரியர் பலரின் வழிகாட்டுதலால் நன்கு தேர்ச்சியும் பெற்றான். அவனுக்கு அளிக்கப்பட்ட பயிற்சி அனைத்தையும் சார்லஸ் வெப்ஸ்டர் மேற்பார்வையிட்டார். வேறு மாணாக்கர்கள் பல ஆண்டுகள் எடுத்துக் கொள்ளும், ஏன், சிலரால் வாழ்நாளிலும் முடிக்க

ஜிட்டு கிருஷ்ணமூர்த்தி

முடியாத பயிற்சியில் இந்தச் சிறுவன் மிகக்குறைவான ஐந்து மாதக் காலத்திலேயே தேர்ச்சி பெற்றுவிட்டான் என்று சார்லஸ் வெப்ஸ்டர் அறிவித்தார். உலகத்தின் ஞானாசிரியனை உருவாக்குவதில் தனது பங்கு குறித்து நம்பிக்கையும் பெருமையும் கொண்ட சார்லஸ் வெப்ஸ்டர் பயிற்சியை மிகத்தீவிரமாகத் தொடர்ந்தார்.

சிறுவர்கள் கிருஷ்ணாவும் நித்யாவும் உடலளவிலும் உறுதியாக இருக்க வேண்டுமென அவர் நினைத்தார். இதற்கு உதவக் கூடியவை உடற்பயிற்சிகள்தான் என்று அவரது பிரிட்டிஷ் மனநிலை எண்ணியது. எனவே சிறுவர்களுக்காக புதிய மிதிவண்டிகள் வாங்கப்பட்டன. நீச்சல் பயிற்சி அளிக்கப்பட்டது. டென்னிஸ் விளையாட்டும் கற்றுத் தரப்பட்டது. இவையனைத்தும் பொழுதுபோக்கிட அல்ல; இளைப்பாறுதலுக்கும் அல்ல. ஞானாசிரியன் ஆவதற்கான தீவிரமான பயிற்சியின் ஒருபகுதியே. மிதிவண்டிப் பயணங்கள் அயர்ச்சியை தாங்குவதற்கு உதவி செய்யும். நீச்சலும் மனமகிழ்ச்சிக்கு அல்ல. உள்ளிருக்கும் பயத்தின் தடங்களை அகற்றும் கருவி அது.

தங்கள்மீது திணிக்கப்பட்ட அனைத்திற்கும் சகோதரர்கள் இருவரும் பணிந்தனர். சில நேரங்களில் பாடச்சுமையின் கடினத்தால் கிருஷ்ணா இப்படிக் கேட்பதுண்டு: உலகத்தின் ஞானாசிரியன் என்றாகியபின், இவையனைத்தும் தேவையற்றவை எனும்போது இப்பயிற்சிகள் எதற்கு?

குறிப்பிட்ட அந்த இரவில், டிசம்பர் 31, 1909, சூக்கும தேகத்தில் குருமார்களின் முன் அவர்கள் அழைத்துச் செல்லப்பட்டனர். இத்தகைய சந்திப்புகள் சிலவற்றிற்குப்பின் ஷம்பல்லாவிற்கு, ஒளிரும் வடிவான இறைவனின் முன் அவர்கள் அழைத்துச் செல்லப்பட்டனர். அதனை, சூரிய ஒளியாக தான் அவதானித்தாக கிருஷ்ணமூர்த்தி விவரிக்கிறார். இது உண்மையாக இருக்குமா என்று நவீன உலகின் மனம் வியப்பில் ஆழ்ந்து போகலாம்! ஆனால் இந்த சந்திப்பு குறித்த பதிவு இருக்கிறது. ஒரு சிறுபிள்ளையின் கையெழுத்தில் குழந்தை மொழியில் எழுதப்பட்ட பதிவு. உண்மையில் இது கிருஷ்ணாவே எழுதியதா? சார்லஸ் வெப்ஸ்டரின் கைவேலை இதன் பின்னால் இருக்கிறதா? 'ஒருசில எழுத்துப் பிழைகளை நிறுத்தற் குறிகளை மட்டுமே நான் திருத்தினேன். சந்திப்பு குறித்த விவரிப்பை கிருஷ்ணாதான் எழுதினான்' என்று சார்லஸ் வெப்ஸ்டர் உறுதி செய்தார். கிருஷ்ணா இது குறித்துக் கருத்துக்கூற மறுத்துவிட்டார்.

ஆனால், சந்திப்பைப் பற்றி சிறுவன் கிருஷ்ணாவால் எழுதப்பட்டதாக கூறப்படும் அந்தப் பதிவு அதன் எளிமையால் அனைவரையும் நெகிழ வைத்தது. அவரது ஆன்மீகப்பயணத்தின் மாபெரும் முதல் சாகசமாக உணரப்படுகிறது.

"மனதளவில் திடமற்றவனாக கருதப்படும் ஒரு சிறுவன், அதுவும் ஆங்கில மொழியை சரியாக அறியாதவன், ஆன்மீக உலக குருமார்களுடனான தனது சந்திப்பை இவ்வளவு எளிமையாக தெளிவாக அழகான நடையில் எழுதமுடியுமா" என்று கேட்டார் நாராயணய்யா. மறைவில் ஏதோ நடப்பதாக அவர் அஞ்சினார். பலரைப் போலவே, சிறுபிள்ளைத்தனமான அந்த கையெழுத் திற்குப்பின் சார்லஸ் வெப்ஸ்டரின் வேலை நிச்சயமாக மறைந் திருப்பதாக எண்ணினார். நடக்கும் விஷயங்கள் அமைதியற்ற மனநிலையை அவருக்குத் தந்தன. அதிகரித்துக் கொண்டிருந்த சஞ்சலத்துடன் சார்லஸ் வெப்ஸ்டரின் செயல்களை, சிறுவர்களை அவர் வளர்த்த முறையையும் கவனித்து வந்தார். தங்களையும் தங்களது பழக்க வழக்கங்களையும் துச்சமென மதிக்கும், பருமனான தோற்றம் கொண்ட அந்த ஆங்கிலேயன்மீது அவரது பிராமணச் சமூகம் சீற்றம் கொண்டது. பிராமணக் கோட்பாடு களின்படி அச்சிறுவர்கள் சாதி பிறழ்ந்தவர்கள். ஏனெனில், மிலேச்சர்களாகிய ஆங்கிலேயர்களுடன் அமர்ந்து அவர்கள் உணவருந்துகிறார்களே!

அன்னி பெசண்ட்டுடன் இது குறித்து அவர் பலமுறை பேசிவிட்டார். சார்லஸ் வெப்ஸ்டர் மீது தனக்கு நம்பிக்கையில்லை என்றார் அவர். ஆனால் அன்னி பெசண்ட் அவரை சாந்தப் படுத்தினார். குருமார்களின் ஆக்ஞைப்படிதான் தாங்கள் நடப்பதாகக் கூறினார். ஆனால், அவநம்பிக்கை அவரைவிட்டு அகலவில்லை. அன்னி பெசண்டைப் பொறுத்தவரை, நாராயணய்யாவைப் போலவே, அவரும் இவர்மீது நம்பிக்கை இல்லாத மனநிலையில்தான் இருந்தார். சிறுவர்களை அவர் எப்போது வேண்டுமானாலும் அபகரித்துச் சென்றுவிடலாம் என்ற அச்சத்தின் உச்சத்தில் நாராயணய்யாவிடம் சட்டப்பூர்வமான ஆவணம் ஒன்றை எழுதி வாங்கினார். மகன்களை பராமரிப்பதில் அவருக்கிருக்கும் உரிமையை விட்டுக்கொடுப்பதாக கையெழுத்திட்டு வாங்கினார்.

எனினும், நாராயணய்யா ஏதேனும் செய்துவிடலாம் என்ற அச்சம் அவர் மனதை ஆட்கொண்டிருந்தது. ஆகவே, சிறுவர்களை தன்னுடன் பனாரஸிற்கு அழைத்து சென்றுவிட்டார். மத்திய இந்துக்

கல்லூரிக்கு அருகில் ஒரு வீட்டில் அவருடன் அச்சிறுவர்கள் சிலகாலம் தங்கினர். பனாரஸில் வசித்தபோது அக்கல்லூரியில் பயிற்றுவிக்கும் பிரம்மஞானிகள் சிலரை அவர்கள் சந்தித்தனர். கல்லூரியின் முதல்வர், ஜார்ஜ் அருண்டேல் என்ற இளைஞர். அவர் ஒரு பிரம்மஞானி. ''அப்பாதையில்'' நெடுந்தொலைவு பயணித்தவராக எண்ணப்படுபவர். சகோதரர்களுக்குக் கற்பிக்க தேர்வு செய்யப் பட்டவர்களில் அவரும் ஒருவர். மாணவர்கள் பலரும் கிருஷ்ண மூர்த்தியின்பால் பெரிதும் ஈர்க்கப்பட்டனர். அதற்கு அருண்டேலின் செல்வாக்கு ஒரு காரணமாக இருக்கலாம். ஆகவே, கிருஷ்ணமூர்த்தி உரைநிகழ்த்தும் போதெல்லாம், தங்களது பிரம்மஞான வழிகாட்டிகள் புடைசூழ அவர்கள் கூடுவார்கள். அன்னிபெஸண்ட் மிகவும் மகிழ்ந்தார். ஆனால், கல்லூரி ஊழியர்களும் மாணவர்களின் பெற்றோர்களும் மகிழ்ச்சி கொள்ளவில்லை. மாறாக தீவிரமாக எதிர்த்தனர். திருமதி பெசண்ட்டிற்கும், அருண்டேலுக்கும் பழமைவாத இந்துக்கள் மத்தியில் அரசியல் ரீதியிலான எதிர்ப்பு அதிகம் இருந்தது.

அன்னி பெசண்ட்டும், அருண்டேலும் 'கீழை நட்சத்திரம்' என்ற அமைப்பை ஏற்படுத்தினர். மத அமைப்பு ஒன்றிற்குத் தேவையான முக்கிய அம்சங்கள் அனைத்தையும் இது பெற்றிருந்தது. அடையாள அட்டைகள், சான்றிதழ்களும் இதில் அடக்கம். அமைப்பின் சார்பில் ஹெரால்ட் என்ற பெயரில் மக்கள் தொடர்பிற்காக மாத இதழ் ஒன்றும் தொடங்கப்பட்டது. கிருஷ்ணமூர்த்தியின் தேர்ந்தெடுக்கப்பட்ட உரைகள் சார்லஸ் வெப்ஸ்டரால் தொகுக்கப்பட்டு பனாரஸிற்கு அனுப்பப்பட்டன. இத்தொகுப்பு அதிக செலவில், அழகான வடிவமைப்புடன், புத்தகமாக வெளியிடப்பட்டது. 'குருமார்களின் காலடியில்' என்ற அப்புத்தகம் பலரின் பாராட்டுகளைப் பெற்றது. ஆயிரக்கணக்கில் விற்ற அப்புத்தகம் பல பதிப்புகளைக் கண்டது. இன்றும் விற்பனையில் இருக்கிறது. ஆனால், வெளிவந்த சில நாட்களிலேயே எதிர்ப்புகளும், புத்தகத்தின் ஆசிரியர் யார் என்பது குறித்து உக்கிரமான சர்ச்சைகளும் எழுந்தன. அப்புத்தகத்தை எழுதியது சார்லஸ் வெப்ஸ்டர்; நிச்சயம் கிருஷ்ணமூர்த்தி அல்ல என்றே பலரும் கூறினர்.

இந்நேரத்தில் தனது பழமைவாத இந்து நண்பர்களின் துணையுடன் நாராயணய்யா களத்தில் இறங்கியது உண்மையில் இயல்பானதே. சார்லஸ் வெப்ஸ்டர், சிறுவர்களுக்கு தீங்கு விளைவிக்கக் கூடிய செயல்களில் அவர்களை ஈடுபடுத்துகிறார்

என்று அவர் குற்றம் சாட்டினார். 'கீழை நட்சத்திரம்' இயக்கத்திற்கு எதிராக உக்கிரமான போராட்டங்கள் நடந்தன. புரளிகளும் வதந்திகளும் செய்தித் தாள்களின் பக்கங்களை நிரப்பின. சார்லஸ் வெப்ஸ்டர் பற்றிய அசிங்கமான கதைகள் வெளிவந்தன. தவறான செயல்கள் பல மீண்டும் வெளிச்சத்திற்கு வந்தன. சிலர் இவை குறித்து அச்சத்துடன் விவாதித்தனர். சிலர் மறைக்க முடியாத சந்தோஷத்தில் திளைத்தனர்.

பிரிட்டிஷாரின் இலாபத்திற்கு வேலைசெய்யும் ஏகாதிபத்திய கையாளென்று அன்னிபெஸண்ட் குற்றம் சாட்டப்பட்டார். இந்திய தேசியவாதிபோல் பொய்யாக நடிக்கிறார் என்றனர். பல்வேறு குழுக்கள் சண்டையில் குதித்தன. களங்கம் கற்பித்தலும் வதந்திகளைப் பரப்புதலும் முழுவீச்சில் நடந்தன. பெசண்ட்மீது சட்டப்பூர்வ நடவடிக்கை எடுக்கப்போவதாக நாராயணய்யா மிரட்டினார். அவரது பழமைவாத நண்பர்கள் அவருக்கு துணை நின்றனர். நாராயணய்யாவுக்கு விஷயங்களை விளங்கவைக்க பெசண்ட் முயன்றார். சார்லஸ் வெப்ஸ்டர்தான் அவருக்குப் பிரச்சனை என்றால், சிறுவர்களிடமிருந்து அவரை தள்ளி வைப்பதாகக் கூறினார். தன்னுடன் இங்கிலாந்திற்கு அழைத்துச் சென்று, அவர்களது கல்வியை தொடர ஏற்பாடு செய்வதாகவும் கூறினார். ஆக்ஸ்போர்டு அல்லது கேம்ப்ரிட்ஜ் பல்கலைக்கழகங்கள் இரண்டில் ஏதாவதொன்றில் சேர்ப்பதன் மூலம் அவர்களுக்கு உலகை அறிமுகப்படுத்துகிறேன். இந்திய பிரம்ம ஞானிகளிட மிருந்து வேறுபட்ட ஆர்வங்களும் அக்கறைகளும் கொண்ட சர்வதேச பிரம்ம ஞானிகளை சிறுவர்கள் சந்திக்க வாய்ப்பு கிடைக்கும் என்று உறுதியளித்தார். சார்லஸ் வெப்ஸ்டரிடமிருந்து சிறுவர்கள் தள்ளி இருப்பார்கள் என்றார். ஏனெனில் வெப்ஸ்டரின் குற்றச்செயல்கள் சில செய்தித்தாள்களில் பதிவாகியிருந்தன. கைது செய்யப்படலாம் என்ற அச்சத்தில் அவர் இங்கிலாந்திற்கு பயணம் மேற்கொள்ளமாட்டார் என்பது அனைவரும் அறிந்த உண்மை.

மீண்டுமொருமுறை தற்காலிகமாக நாராயணய்யா சாந்தப் படுத்தப்பட்டார். கிருஷ்ணாவும் அவனது சகோதரன் நித்யாவும் இங்கிலாந்து பயணத்திற்கு தயாரானார்கள். அவர்களுக்கு மேற்கத்திய பாணி உடைகள் தைக்கப்பட்டன. காதிலிருந்த கடுக்கண் துளைகள் மருத்துவரால் தைத்து மூடப்பட்டன.

நீலக்கடல்களுக்கு அப்பாலிருக்கும் நாடுகளில் தொடங்கப் போகும் புதிய வாழ்க்கையின் நுழைவாயிலில் நின்றிருந்த அச்சிறுவர்கள், இவ்வாறாக நேர்த்தியான இளம் ஆங்கிலேயர்களாக மாறிப்போயினர்.

7

ஜிட்டு சகோதரர்களுக்கு இங்கிலாந்து வாழ்க்கை மகிழ்ச்சி யாகத்தான் இருந்தது. மெய்யுருக்கும் குளிரையும் சுவையற்ற உணவையும் தவிர்த்து. அவர்களுக்கு பசியே தோன்றவில்லை. உலகின் எதிர்கால ஞானாசிரியனுக்கும் அவனது சகோதரனுக்கும் சார்லஸ் வெப்ஸ்டர் குறித்திருந்த உணவுகளை சிறுவர்களின் வயிறுகள் ஏற்றுக்கொள்ள மறுத்தன: அதிகமான அளவு பால், ஓட்ஸ் கஞ்சி, முட்டை ஆகியவை இவர்களுக்கான உணவு. பாவம், ஞான ஊர்தி. அதிக அளவில் செரிமானக் கோளாறும் தசைப்பிடிப்புகளும் அதற்கு ஏற்பட்டன. பல ஆண்டுகளுக்கு இவை தொடர்ந்தன.

உயர்பண்பும், தாராள மனமும் கொண்ட அமெரிக்க, ஆங்கிலேய நன்பர்களுடன் இங்கிலாந்தில் அவர்கள் தங்கினர். சகோதரர்களுக்கு தனியே கார் ஒன்றும் ஏற்பாடு செய்யப்பட்டது. வசதியுடனும் ஓரளவிற்கு நாகரீகப்பாங்குடனும் அவர்கள் வாழ்ந்தனர். கல்லூரியில் விடுப்பு எடுத்துக் கொண்டு அருண்டேல் அவர்களுடன் சென்றிருந்தார். ஆகவே, பாடங்கள் எப்போதும் போல் தடங்கலின்றி நடந்தன. ஆக்ஸ்போர்டு அல்லது கேம்ப்ரிட்ஜில் இடம் பெற்றுவிடும் அளவிற்கு இளைஞர்கள் இருவரும் (கிருஷ்ணாவும் நித்யாவும் இப்போது இளைஞர்கள்) தயாராகிவிடுவார்கள் என்று பெசண்ட் நம்பினார். இருவருக்கும் இலண்டன் மாநகரைச் சுற்றிக் காட்டினார். அவரது உரையைக் கேட்க உற்சாகத்துடன் மக்கள் திரண்ட பெரிய கூட்டங்களுக்கும் அவர்களை அழைத்துச் சென்றார். சில நேரங்களில் கிருஷ்ணாவை அக்கூட்டங்களில் பேசுவதற்கு அவர் ஊக்குவிப்பார். ஆனால், கூச்சத்தாலும், மனத்தடுமாற்றத்தாலும் அவரால் சில சொற்றொடர்களே பேச முடிந்தது.

இங்கிலாந்தின் பிரம்மஞான சபையின் முன்னோடி தீபங்கள் பலரை அவர்களுக்கு பெசண்ட் அறிமுகப்படுத்தினார். அவர்களில் ஒருவர் திருமதி எமிலி லுட்யென்ஸ். புது டில்லியைத் திட்டமிட்டுக் கட்டமைத்த எட்வர்டு லுட்யென்ஸ் பிரபுவின் மனைவி. எமிலி லுட்யென்ஸுக்கும் கிருஷ்ணாவிற்கும் இடையில் மிக ஆழ்ந்த பாசப் பிணைப்பு உருவானது. முதுமையடைந்து கொண்டிருக்கும் தாய்க்கும் மகனுக்கும் இடையில் முகிழ்ப்பதைப் போன்று.

இலண்டனையும் அம்மாநகரைச் சூழ்ந்துள்ள இடங்களையும் சகோதரர்கள் உற்சாகத்துடன் சுற்றிப்பார்த்தனர். மற்றவர்களை

மதிக்கும் பண்பற்ற ஆங்கிலேயே கூட்டத்தினூடே நடந்து போகையில், தோள்வரை நீண்டிருக்கும் கிருஷ்ணாவின் தலைமுடியைப் பார்த்து அவர்கள் கேலிக் கூச்சலிட்டனர். அவர்கள் பெற்ற அனுபவத்தின் ஒரு பகுதி மட்டுமே அது. இவை போன்ற செயல்கள் வருத்தத்தையும், கூச்சத்தையும் சங்கடத்தையும் தந்தன. ஆனாலும், அந்த இருவருக்கும் கல்வியளிக்கும் உறுதியுடன் பெரும் வலிமையுடன் அவர்களைக் காத்திருந்த அன்னி பெசண்ட்டின் வழிகாட்டுதலில், நித்யா அருகிருக்க இவையனைத்தையும் அவர் கடந்து வந்தார்.

அன்னி பெசண்ட் பாரிஸ் நகரத்திற்கு அவர்களை அழைத்துச் சென்றார். பாரிஸின் வரலாற்றுச் சின்னங்கள், கவின்கலைகள், ஓவியங்கள், சிற்பங்கள், கேளிக்கைகள், கலாச்சாரம் ஆகியவை அவர்களை ஈர்த்தன. நான்கு மாதங்களுக்குப்பின், 1911 டிசம்பரில் இந்தியாவிற்கு, பனாரஸிற்கு அவர்கள் திரும்ப வந்தனர். அங்கு பிரம்மஞான சபையின் மாநாடு நடக்கவிருந்தது. மாநாட்டின் இறுதி நாளான டிசம்பர் 28ஆம் தேதி கீழை நட்சத்திரம் அமைப்பின் புதிய உறுப்பினர்களுக்கு கிருஷ்ணா சான்றிதழ்கள் வழங்குவதென முடிவு செய்யப்பட்டிருந்தது. அந்த மாநாட்டில், இந்தியர்கள் அரங்கில் திரண்டிருந்த உறுப்பினர்கள் மத்தியில் அல்ஸியோனைக் கண்டதும் உற்சாகக் குரல்கள் எழுந்தன. அவரது கைகளால் தொட்டு வழங்கப்பட்ட சான்றிதழ்களை சிறப்புடன் ஆசிர்வதிக்கப்பட்டதாக அனைவரும் கருதினர். மேடையில் அமர்ந்திருந்த கிருஷ்ணா, நித்யாவின் கைகளிலிருந்து சான்றிதழ்களைப் பெறுவதற்கு சார்பாளர்கள் வரிசையில் நின்றனர்.

அப்போது அசாதரணமான ஒன்று நிகழ்ந்தது. திடீரென்று அவர்கள் கண்களின் முன்னேயே கிருஷ்ணா உருமாற்றமடைந்தார். கூடியிருந்தோரைச் சுற்றி அசாதாரணமான கதிர்வீச்சு. சுற்றிலுமிருந்த சுவர்கள் மறைந்தன. பிரபஞ்சம் அவர்கள் முன் தோன்றியது. மகிழ்ச்சித் திகைப்பில் சான்றிதழ்களைப் பெற அவர்கள் முன் சென்றனர். கிருஷ்ணாவின் கரங்கள் ஆசிர்வதிப்பாய் உயர்ந்ததைக் கண்டனர். ஏன்? எப்படி நிகழ்ந்தது? கூட்டத்திலிருந்த எவருக்கும் விளங்கவில்லை. ஏன், பெசண்ட் அல்லது சார்லஸ் வெப்ஸ்டருக்குமே. மற்றவர்களைப்போல் அவர்களும் வியப்பால் தாக்குண்டிருந்தனர். எவருடைய தூண்டுதலுமின்றி அனைவரும் கிருஷ்ணா முன் வீழ்ந்து வணங்கினர். அனைவரின் கண்களிலும் நீர் பெருக்கெடுத்தது. நெகிழாதவர்கள் ஒருவருமில்லை. மின்னல் வேகத்தில் நடந்த நிகழ்வு அது. அனைவரும் ஒரு கணமே அதனைப்

பார்த்தனர். அடுத்த கணம் அது மறைந்துவிட்டது. அந்த இந்தியர்களின் அவை, பழைய நிலைக்கு மீண்டது. கூட்டம் வியப்பிலும் திகைப்பிலும் கட்டுண்டிருந்தது. அமர்ந்திருந்த ஒவ்வொருவரும் அந்தக் கணத்தின் தாக்கத்தை தங்களுக்குள் உணர்ந்தனர்.

இந்தச் செய்தி எங்கும் பரவியது. புனித ஆவி புவியில் வந்திறங்கியதாக பைபிள் பேசுவதைப் போன்ற அற்புத நிகழ்வா இது? பின்னாளில் பலரும் இந்த நிகழ்வை ஆய்வு செய்ய முயன்றனர்; சொற்களால் இதற்குப் பொருளும் முக்கியத்துவமும் வழங்கினர்.

இதை நம்பாதவர்கள் வேறொரு கேள்வியை எழுப்பினர். அது தெய்வீகத் தன்மையின் வெளிப்பாடா? அல்லது மக்கள் திரட்சிக்கு ஏற்பட்ட மனவெறியா? மதத்தால் ஏற்படும் ஆனந்தப் பரவசம், ஒளி, ஒலி, வண்ணம், வாசனை, சுவை ஆகியவற்றில் ஓர் உயரிய கிளர்ச்சி நிலையை ஏற்படுத்துகிறது. இது பொதுவாக ஏற்படும் அனுபவம். முனிவர்கள், பக்தர்களின் வாழ்வில் தொடர்ச்சியாக நிகழும் செயல். பகுத்தறிதலும், அறிவுத்திறனும் தடைபடும்போது நிகழ்வது. தெய்வீகத்தன்மையற்ற நிறுவனங் களிலும் இது நிகழக்கூடும். தீய சக்திகளின் வேலை இது என்று மக்கள் தங்களுக்குள் பேசிக்கொண்டனர்.

சமூகத்தில் பழமைவாதிகளின் மத்தியில் பெருங்கோபம் எழுந்தது. இப்படி கிடைக்கும் விளம்பரங்கள் ‘‘தனது மகன்களை அனைவரும் பார்த்து நகைப்பவர்களாக ஆக்கிவிடும்’’ என்று நாராயணய்யா புலம்பினார். பழமைவாதிகளின் குத்தல் பேச்சுகள் தினமும் பெருகின; கடுஞ்சொற்களாக உரத்துக் கேட்கத் தொடங்கின. சிறுவர்களை மேற்பார்வை செய்வதிலிருந்து சார்லஸ் வெப்ஸ்டர் நீக்கப்பட வேண்டும். இல்லையேல் பெசண்ட்டிற்கு எதிராக வழக்குத் தொடர்வேன் என்று நாராயணய்யா மிரட்டினார்.

இதற்கு பெசண்ட் ஒப்புக்கொண்டார். சார்லஸ் வெப்ஸ்டருடனான அனைத்துத் தொடர்புகளும் துண்டிக்கப்படும் என்று சத்தியம் செய்தார். உடன்பாடு ஒன்றும் எட்டப்பட்டது. தனது வாரிசுகள் எந்நேரமும் கடத்தப்படலாம் என்ற அச்சத்தில் இந்தியாவிலிருந்து அவர்களை அப்புறப்படுத்தும் செயலில் பெசண்ட் இறங்கினார். மீண்டும் அவர்களுடன் பயணம் மேற்கொண்டார். எதிர்பார்த்தவாறு இங்கிலாந்தை நோக்கி. இம்முறை இவர்களுடன் இலங்கைப் பிரம்மஞானி

ஜைனராஜதாசனும் சென்றார். அவர் சார்லஸ் வெப்ஸ்டரின் சீடர். ஜைனராஜதாசன் சகோதரர்களுக்கு பயிற்சியாளராக இருப்பார். அவரின் இறுதி மூச்சுவரை அவர்களுடனே இருப்பார்.

கப்பல், பயணத்தை தொடங்கட்டும் என்று காத்திருந்தது போல், நடுக்கடலிலிருந்து பெசண்ட் நாராயணய்யாவிற்கு கடிதமொன்றை எழுதினார். பிரம்மஞான சபையின் குடியிருப்பி லிருந்து உடனே வெளியேறும்படியும், சபையின் உறுப்பினர் என்பதிலிருந்து அவரை நீக்கியிருப்பதாகவும் அதில் எழுதியிருந்தார். இந்தியாவில் நாராயணய்யாவும் அவரது நண்பர்களும் கொதித்துப் போயினர்.

பெசண்ட்டின் இக்காரியங்கள் அனைத்திலும், வேற்றுலகத் தீய சக்திகளின், துர்த்தேவதைகளின் கரங்கள் மறைமுகமாக ஈடுபட்டிருக்கின்றன என்று பிரம்மஞானிகள் பலரும் கருதினர். வேறு சிலர், நிகழும் செயல்களில் அரசியல் தாக்கங்களைக் கண்டனர். சுதந்திரப் போராட்டம் தீவிரமடைந்திருப்பதால் இது இயல்பானதே என்றும் கூறினர். அவர்களது சாதியிலிருந்து சிறுவர்களை விலக்கி வைப்பதற்கான திட்டமிட்ட செயலாக அன்னி பெசண்ட்டின் நடவடிக்கையை பழமைவாத இந்துக்கள் கருதினர். பிரிட்டிஷாருக்கும் ஏகாதிபத்திய சக்திகளுக்கும் எதிரான தேசியவாதிகளின் இயக்கமாக பலரும் இதனைக் கருதினர். அன்னி பெசண்டும் இதனை அரசியல் போராட்டத்தின் ஒரு பகுதியாகவே பார்த்தார். சார்லஸ் வெப்ஸ்டரும் இப்படித்தான் விவரித்தார்: சட்டத்தையும் ஒழுங்கையும் ஆதரிக்கும் சக்திகளான தனக்கும் பிரிட்டிஷ் அரசாங்கத்திற்கும் எதிராக, ''கிருஷ்ணாவின் ஆட்சேப ணைக்குரிய தந்தையான நாராயணய்யா'' ஒழுங்கின்மைக்கும் அறியாமைக்கும் ஆதரவாக நிற்பதாக கூறினார்.

அன்னி பெசண்ட்டும் அவரது குழுவினரும் இந்தியா திரும்பியபோது, முறையான வக்கீல் நோட்டீஸ் ஒன்றை நாராயணய்யா அவருக்கு அனுப்பினார். தனது மகன்களை உடனடியாகத் தன்னிடம் திருப்பி அனுப்பும்படி அதில் கூறியிருந்தார். இதனையொட்டிய வழக்கு மெட்ராஸ் உயர் நீதிமன்றத்தில் நடந்தது. இரண்டு ஆண்டுகள் நடந்த இவ்வழக்கு அனைவரின் கவனத்தையும் ஈர்த்தது, ஆர்வமூட்டியது. பெசண்ட் தன் சார்பில் அவரே வாதாடினார். இத்தகைய விஷயங்களில் அவருக்கிருந்த ஆழ்ந்த அனுபவத்தால், தன் பக்கத்து வாதங்களை அனைத்து கோணங்களிலும் மிகத்திறமையான முறையில் எடுத்து வைத்து வாதாடினார்.

ஜிட்டு கிருஷ்ணமூர்த்தி

மெட்ராஸிலிருந்து வெளிவரும் 'தி ஹிந்து' நாளிதழ், பாதிக்கப்பட்ட தந்தை நாராயணய்யாவின் சார்பாக நின்றது. தடியெடுத்து சண்டை போடுவதுபோல் அவர் சார்பில் வாதிட்டது. தான் பெரிதும் மதித்த, நம்பிய அன்னி பெசண்ட்டின் பாதுகாப்பில் சிறுவர்களை ஒப்படைத்தேன்; ஆனால், அவர் நம்பிக்கை மோசம் செய்துவிட்டார்; வளர்ப்புப் பணிக்கு தகுதியற்ற சார்லஸ் வெப்ஸ்டரிடம் சிறுவர்களை கொடுத்துவிட்டார் என்பது நாராயணய்யாவின் வாதம். அதுமட்டுமின்றி, 'ஞானாசிரியனின் காலடியில்' புத்தகத்தின் ஆசிரியர் கிருஷ்ணமூர்த்தி என்று அதில் தவறாக வெளியிட்டிருக்கிறார் என்றும் குற்றம் சாட்டினார்.

ஒருவர் மற்றவர்மீது சுமத்திய குற்றச்சாட்டுகளுடன் சாரமற்ற, மனத்தை வருத்திய அந்த போராட்டம் நடந்தது. முதல் சுற்றில் அன்னி பெசண்ட் தோற்றுப்போனார். நீதிமன்றக் காப்பாளர்களின் வசம் சிறுவர்கள் இருக்கவேண்டும் என்று நீதிமன்ற உத்தரவில் கூறப்பட்டது. ஆனால், விடாப்பிடியான மன உறுதியுடன் அவர் மேல்முறையிட்டிற்கு சென்றார். கிருஷ்ணா பதினெட்டு வயதை நிறைவு செய்வதற்கு சில நாட்களே இருந்தன. விரைவில் 'மேஜர்' ஆகிவிடுவார். அவர் விஷயங்களை அவரே முடிவுசெய்யும் சுதந்திரத்தையும் பெற்றுவிடுவார். ஆனால், அன்னி பெசண்ட்டிற்கு இது கொள்கைப்போர். அவர் உடனடியாக பேரரசின் பிரிவி கவுன்சிலில் மேல் முறையீடு செய்தார். இறுதியில் சிறுவர்கள் அவரது பாதுகாப்பில் இருக்கலாம் என்ற தீர்ப்பைப் பெற்று போராட்டத்தில் வெற்றி பெற்றார். இதுவரை இல்லாத மனவலிமை கொண்டார்.

வழக்கு நடந்து கொண்டிருந்த காலத்தில் கிருஷ்ணாவும் நித்யாவும் இலண்டனில் இருந்தனர். அர்ப்பணிப்புணர்வுள்ள நண்பர்கள் அவர்களை கவனித்துக் கொண்டனர். அப்பரிவாரங்களில் ஒருவராக ஜார்ஜ் அருண்டேலும் இருந்தார். பாடங்களும் நடந்து கொண்டிருந்தன. அவரது சகோதரனைவிட நித்யா நிச்சயமாக சிறந்த மாணாக்கன் என்றுதான் கூறவேண்டும். கல்வி சார்ந்த விஷயங்களில் கிருஷ்ணா ஏமாற்றமே அளித்தார். அவ்வப்போதான உயரிய முயற்சிகள், கடினமாக உழைப்பதற்கு அவராலும் முடியும் என்பதைக் காட்டின. எனினும், கனவுலகில் இருப்பது போலவே எப்போதும் காணப்பட்டார். படிப்பில் முன்னேற்றம் தென்படவே இல்லை. படிக்க வேண்டும் என்ற எண்ணம் அவருக்கு இருந்தது. ஆனால், கல்வி சார்ந்த நடைமுறைப் பணிகளில் அவரால் தன்னை ஈடுபடுத்திக் கொள்ள முடியவில்லை.

அதுவும் கணக்குப் பாடங்களில் அவர் மிக மோசம். எழுதிய தேர்வுகள் எதிலும் அவர் தேர்ச்சி பெறவேயில்லை.

குறிப்பிடும்படியான நிகழ்வுகள் ஏதுமின்றி இலண்டன் நாட்கள் மகிழ்ச்சியாகக் கடந்தன. கிருஷ்ணாவைச் சுற்றியிருந்தவர்களின் மனதில் பகைமையும் பொறாமையும் உருவாகத் தொடங்கியிருந்தன. இந்தியாவிலிருந்து சார்லஸ் வெப்ஸ்டர் எழுதிய கடிதமொன்று சூழலை மேலும் மோசமாக்கியது. கிருஷ்ணாவைப் போன்றே தூய்மையும் சிறப்பும் மிக்க சிறுவனொருவனைத் தான் கண்டிருப்பதாக அதில் குறிப்பிட்டிருந்தார். இராஜகோபாலாச்சாரி என்ற அந்தச் சிறுவனும் எதிர்காலத்தில் ஒரு புத்தனாக ஆவதற்கு விதிக்கப்பட்டிருக்கிறான் என்று எழுதியிருந்தார். கிருஷ்ணாவைச் சுற்றியிருந்த பிரம்மஞான சபையின் இளம் உறுப்பினர்கள் சிலரிடம் இது குழப்பத்தை உண்டாக்கியது. ஆனால், இலண்டனில் வந்திறங்கிய இராஜகோபால், கிருஷ்ணாவின் நல்ல நண்பன் ஆகிவிட்டான். சலசலப்புகள் அடங்கிப் போயின. இந்தக் கூட்டத்துடன் அவன் எளிதில் ஒன்றிப் போனான். அறிவும் நகைச்சுவையும் நிறைந்த நண்பர்களை நேசிக்கும் அவனது போக்கு அவர்கள் மத்தியில் அவனை பிரபலமாக்கியது. ஆனாலும், அடிமட்டத்தில் எப்போதும் சிறிதளவு பகைமையும் பொறாமையும் இருந்தன. அவ்வப்போது தலை காட்டின. இதனால் கிருஷ்ணா பெருமளவிற்கு துயரப்பட்டார்.

8

அன்னி பெசண்டும் சார்லஸ் வெப்ஸ்டரும் இதழ் ஒன்றை தொடங்கியிருந்தனர். கிருஷ்ணாவும் அவரது நண்பர்களும் அந்த பத்திரிக்கையின் வேலைகளில் மிக உற்சாகத்துடன் ஈடுபட்டிருந்தனர். இவ்விதழை வெளியிட அதிகமான பணம் தேவைப்பட்டது. இங்கிலாந்து, ஐரோப்பா, அமெரிக்காவிலிருந்த பணம் படைத்த பிரம்மஞானிகள் இதனை ஏற்றுக் கொண்டனர். கிருஷ்ணமூர்த்தியின் மீது அன்பு கொண்டு அவரைப் பின்பற்றும் பலரும் இதில் பங்கேற்க விரும்பினர். மிக விரைவில் ஹெரால்டின் உலகளாவிய முதல் இதழ் வெளிவந்தது. பெரிய அளவில், பளபளப்பான தோற்றத்துடன் மிகச் சிறந்த பதிப்பாக வெளிவந்தது. வெளியீட்டு விழா மிகவும் உற்சாகத்துடன் நடந்தது.

இதழ் மிகச் சிறந்த வரவேற்பைப் பெற்றது. ஆனால் ஞான ஊர்தியைச் சுற்றி வேறு விஷயங்களும் நடந்து கொண்டிருந்தன.

ஜிட்டு கிருஷ்ணமூர்த்தி

1914ஆம் ஆண்டு வெடித்த உலகப்போர் எங்கும் பரவிக் கொண்டிருந்தது. தன்னைச் சுற்றியிருந்த மக்களின் மனதில் வெறுப்பும் கோபமும் விரவிக் கிடந்ததை கிருஷ்ணா கண்டார். தன்னால் இதன் ஒருபகுதியாக இருக்க முடியாததை உணர்ந்தார். எங்கு பார்த்தாலும் இங்கிலாந்து மக்களிடம் ஜெர்மனிக்கு எதிரான வெறுப்பைக் கண்டார். வில்லன்களாக ஜெர்மானியர்கள் சித்தரிக்கப்பட்டனர். அவர்கள் அப்படியானவர்கள் அல்லர் என அவர் எண்ணினார். ஆனால், மன வெறிப்பால் மக்கள் பீடிக்கப்பட்டிருந்தனர்.

ஆங்கிலேயர்கள் மத்தியில் அவர் பெற்றிருந்த பிரபல்யத்திற்கு இளைஞன் கிருஷ்ணாவின் கருத்துகள் துணை நிற்கவில்லை. அதுமட்டுமின்றி அவர் ஓர் இந்தியன். அவரது நிறமும் அவரை அவ்வாறே அடையாளம் காட்டியது. இந்தியர்களுக்கு எதிரான மோசமான கருத்துகள் அப்போது பரவிக் கொண்டிருந்தன. பிரிட்டிஷ் ஆட்சிக்கு எதிராக முழுமையான விடுதலை கேட்கும் துணிச்சல் கொண்ட அற்ப மனிதர்களாக அவர்களை எண்ணினர். இவர்களுக்கு இங்கிலாந்து நாடுதானே அனைத்தையும் செய்தது! இனத்தையும் பிறந்த நாட்டையும் அடிப்படையாக வைத்து அவரை நோக்கி வீசப்பட்ட கோபமான பார்வைகளை முதன்முதலாக கிருஷ்ணா சந்திக்க நேரிட்டது. சகோதரர்கள் இருவரும் வேலை ஒன்றை ஏற்பாடு செய்து கொண்டனர். மருத்துவமனை ஒன்றில் சேவை. அந்த மருத்துவமனையின் மருத்துவர் ஒரு பிரம்மஞானி. தரையைக் கூட்டிப் பெருக்கி துடைக்கும் அந்த வேலையும் நீண்ட நாட்களுக்கு நீடிக்கவில்லை. இவர்களது சேவை தேவையில்லை என்று அவ்விடத்தை விட்டு வெளியேறும்படி கூறப்பட்டனர். அந்த அளவிற்கு மனக்கசப்பும் வெறுப்பும் கொண்ட இனவெறியர்களாக அம்மக்கள் நடந்து கொண்டனர்.

அன்னி பெசண்டிற்கு எழுதிய கடிதங்களில் கோபத்தையோ வெறுப்பையோ அவர் வெளிப்படுத்தவில்லை; நிலைமையை மட்டும் சாதாரணமாக விவரித்திருந்தார். வேலையிலிருந்து விலகிக்கொள்ள கூறப்பட்டதாகவும், தாங்கள் இந்தியர்கள் என்பது மட்டுமே அதற்குக் காரணம் என்றும் எழுதியிருந்தார். இந்தியர்களுக்கு எதிரான உணர்வுகள் அதிகம் இருப்பதாகச் சுட்டியிருந்தார். மனம் விரும்பி, அந்த வேலையை உற்சாகத்துடன் செய்யும் நேரத்தில் இவ்வாறு நேர்ந்தது குறித்து வருந்துவதாகவும் கூறியிருந்தார். அற்ப அரசியல் செயல்பாடுகள், குறுகிய மனப்பான்மை, பொறாமை, அதிகாரப்போட்டிகள் அதிகம் நிறைந்த

சூழல்; இவற்றையெல்லாம் கிருஷ்ணா கண்ணுற்றார். இவை குறித்து அன்னி பெசண்டிற்கு எழுதினார். அவர் மனம் குலைந்து போக கிருஷ்ணா விரும்பவில்லை. அவர் தன்மீது வைத்திருக்கும் நம்பிக்கையை கிருஷ்ணா அறிவார்.

இந்த நேரத்தில், தான் கொண்டிருந்த கருத்துகள் சரியான வையா என்ற எண்ணமும் அவருக்கிருந்தது. அற்புதமான இளம் ஆசிரியர்கள் அவருக்கு கற்பித்தனர். டென்னிஸ், கோல்ப் போன்ற விளையாட்டுகளையும் அவர்களுடன் உற்சாகத்துடன் விளையாடினார். மரங்கள் சூழ்ந்த நாட்டுப்புறப் பகுதிகளில் மேற்கொண்ட நெடிய நடையுலாக்களும், குறு ஓட்டங்களும் அவருக்கு மகிழ்ச்சியளித்தன. இவர்மீது அன்புகொண்ட பெண்மணிகள் தங்குவதற்கு தங்கள் இல்லக்கதவுகளைத் திறந்தனர்; பயன்படுத்திக் கொள்ள தங்கள் கார்களை அளித்தனர். பெருமளவிற்குப் பணமும் தந்தனர். அவர்களது குழந்தைகளின் நட்பையும், அவர்களுடன் பழகுவதையும், உலவுவதையும் கிருஷ்ணா மிகவும் விரும்பினார்.

பெண்கள் பெரும்பாலும் மேல்தட்டு வர்க்கத்தினர். கருணை மிக்கவர்கள். பிரம்ம ஞானத்தில் ஆர்வம் கொண்டவர்கள். எதிர்கால ஞானாசிரியன் என்பதால் அவர் மீது அக்கறை கொண்டவர்கள். ஆனால், இவரோ, தன்னைச் சுற்றி இளைஞர்களை விரும்பினார். அவரது வயதை ஒத்த, இளைஞர்கள் பொதுவாக அக்கறை கொள்ளும் விஷயங்கள் மீது ஆர்வம் கொண்டவர்களை விரும்பினார். படித்த, வயதில் மூத்த அவரது நண்பர்கள், இசையை, நாடகத்தை, கலையை அவருக்கு அறிமுகப்படுத்தினர். எனினும் அவர்கள், இவரது சொல் ஒவ்வொன்றையும் பிடித்துத் தொங்கினர்; அவரது செயல்நோக்கம் குறித்தே எப்போதும் பேசிக் கொண்டிருந்தனர். ஒருவிதத்தில் பெரும் சுமையாக இவருக்கு அது தோன்றியது. அந்நேரங்களில் கிருஷ்ணா எழுதிய கடிதங்களில் ஓர் அக்கறையற்ற, அலட்சிய மனோநிலை தெரிந்தது. பெருமளவிற்கு சுய விமர்சனமும் இருந்தது. சிறப்பாகச் செயலாற்றவும், தீவிரமாக இயங்கவும், கல்வி கற்பதில் கடினமாக உழைக்கவும் தீர்மானித்திருக்கிறேன். விளையாட்டுத்தனமாக, விவேகமின்றி நேரத்தை வீணடிக்க மாட்டேன் என்றும் அவர் எழுதினார்.

இந்த நாட்களில் சலிப்பைத் தந்த வாழ்க்கை, வேகமாக ஓடக்கூடிய கார்கள் மீதும் உயர்குடி வாழ்க்கையின் பழக்க வழக்கங்கள் மீதும் அவருக்கு ஈர்ப்பை ஏற்படுத்தியது. அவரது

பணக்கார நண்பர்கள் அவரது விருப்பங்களை நிறைவேற்ற எப்போதும் தயாராக இருந்தனர். அவர் விரும்பியதைக் கொடுத்தனர். எந்நேரமும் சிறப்பான தோற்றம் தரும் வகையில் அவர் உடையணிந்து கொண்டார். தனது தோற்றத்தை மிகக்கவனத்துடன் பாதுகாத்துக் கொண்டார். ஆனால், ஒரு குறிப்பிட்ட எல்லைக்கப்பால் அவராலும் தாண்டிச் செல்லமுடியாத நிலை; உள்ளுக்குள் ஒரு மனநிறைவின்மை. குருமார்களுடன் தொடர்ந்து அவர் தொடர்பில் இருந்தார். அவர்கள் அளித்த பாதுகாப்பு அவருக்கு இருந்தது. திருமதி பெசண்ட் போன்ற அவரது ஆசிரியர்கள், மிகப் பெருமை வாய்ந்த ஆங்கிலேய பல்கலைக் கழகங்கள் ஏதாவது ஒன்றில் அவர் சேர்ந்து விட வேண்டும் என்று அவருக்கு நினைவூட்டிக் கொண்டேயிருந்தனர். அவருக்கு விருப்பங்கள் இருந்தும், ஆசிரியர்களின் முயற்சிகள் இருந்தும் பல்கலைக் கழகம் எதிலும் அவரால் அனுமதி பெறமுடியவில்லை. தங்களுடைய வருகைப் பதிவேடுகளில் எதிர்கால மீட்பரின் பெயரை ஏற்றுக் கொண்டு, அதன் மூலம் நம்பகமற்ற தனிப் பெருமை அடைவதை அந்த நிறுவனங்கள் விரும்பவில்லை என்பது காரணத்தின் ஒரு பகுதி. அதுமட்டுமின்றி, அப்போது கிருஷ்ணா ஒரு திறமையான மாணவனாகவும் இல்லை. தேர்வுகள் எதிலும் அவரால் தேர்ச்சி பெறமுடியவில்லை. நுழைவுத் தேர்வுகளுக்கு படிப்பதைக் காட்டிலும் தனது மோட்டார் பைக்கை பிரித்து மறுபடியும் ஒன்று சேர்ப்பதில் அவர் அதிகம் மகிழ்ச்சியைப் பெற்றார்.

அன்னி பெசண்ட் அச்சமயம் இந்தியாவில் இருந்தார். ஹோம்ரூல் இயக்கத்தில் எப்போதையும் விட மிகத்தீவிரமாக ஈடுபட்டிருந்தார். இந்தியாவை உலகத்தின் ஆன்மீக குருவாக அவர் நோக்கினார். உலகத்திற்கான ஞானாசிரியனின் வரவால், முற்காலத்தில் பெற்றிருந்த பெருமையை அது மீண்டும் பெற்றது. பிரிட்டிஷ் பேரரசின் பிரிக்க முடியா அங்கமான காமன்வெல்த்தில் ஓர் உறுப்பினராக இந்தியா உருமாறும். இதுவே திருமதி. பெஸண்டின் செய்தி. இச்செய்தியை உலகத்திற்குத் தெரியப் படுத்துமாறு குருமார்கள் தன்னிடம் கூறியதாக அவர் நம்பினார். ஆர்வம் நிறைந்த அன்பான கடிதங்களை கிருஷ்ணாவிற்கு அவர் எழுதினார். வாழ்வின் இலட்சியத்தை நினைவில் கொள்ளுமாறு அறிவுறுத்தினார். கிருஷ்ணா தன் அன்பையும் அர்ப்பணிப்பையும் உறுதி செய்து திருமதி பெஸண்டிற்கு பதிலெழுதினார். கேம்பிரிட்ஜ் அல்லது ஆக்ஸ்போர்டில் சகோதரர்கள் சேர்ந்து படிக்க வேண்டும் என்ற கனவை பெசண்ட் எப்போதும் கைவிடவில்லை. ஆனால்,

கிருஷ்ணா எவ்வளவு அதிகமாக முயற்சி செய்து படித்தாலும், அடையமுடியா கனவாகவே அவருக்கு அது இருந்தது.

வயதிலும் அறிவிலும் அவர் வளர்ந்து கொண்டிருந்தார். தனக்காக அவர் சிந்திக்கத் தொடங்கியதும் இயல்பானதே. கடிதங்களில் குருமார்களை அடிக்கடி குறிப்பிடுவதும் குறையத் தொடங்கியது. இந்த உலகம் கொடூரமான போரால் இரத்தக் களறியாகியதை, உருக்குலைந்ததை கண்ணெதிரே அவர் கண்டார். இச்சூழலில் தங்கள் மெய்மைத் தன்மையை ஓரளவிற்கு இழந்து அவர்கள் மறையத் தொடங்கி விட்டனரா? அவர் மேற்கொள்ளும் நெடிய நடையுலாக்களின்போது, அனைத்து விஷயங்கள் பற்றியும் அவருக்குள் கேள்விகள் எழுந்திருக்க வேண்டும். அவரது வழிகாட்டிகளுக்கும் அவருக்கும் உள்ள உறவைப் பற்றிய கேள்விகளும்.

சார்லஸ் வெப்ஸ்டர் இப்போது ஆஸ்திரேலியாவில். கிருஷ்ணமூர்த்தி அவரைப் பார்த்து பல ஆண்டுகளாகிவிட்டன. பிடிவாதமும், எவருக்கும் கட்டுப்படாத குணமும் கொண்ட வயது முதிர்ந்த அம்மனிதன், பிளாவட்ஸ்கியின் பிரம்ம ஞான வழிமுறைகளிலிருந்து தன்னைத் தறித்துக் கொண்டார். தனக்கென்று ஒரு சபையை, கத்தோலிக்க மிதவாத சபை ஒன்றை ஏற்படுத்தி, தன்னையே அதற்கு பிஷப்பாகவும் நியமித்துக் கொண்டார். கிருஷ்ணா அவருக்குத் தொடர்ந்து கடிதங்கள் எழுதினார். அன்பும் நம்பிக்கையும் இருந்தபோதும் இருவருக்கும் இடையிலான தூரம் அதிகரித்துக் கொண்டேயிருந்தது. வளரிளம் பருவத்திலிருந்து இளைஞனாக வளர்ந்து விட்ட கிருஷ்ணமூர்த்தி தனக்காகவும் சிந்திக்கத் தொடங்கினார்.

நித்யா எப்போதும்போல் உற்சாகமாக சுறுசுறுப்பாக கிருஷ்ணாவிற்கு தன்னை அர்ப்பணித்துக் கொண்டிருந்தார். உடலை உலுக்கும் இருமல்கள் அவரை அவதியுறச் செய்தன. சில நாட்கள் கழித்து செய்யப்பட்ட மருத்துவப் பரிசோதனையில் நெஞ்சக நோயால் அவர் பாதிக்கப்பட்டிருப்பது தெரிய வந்தது. நுரையீரல் கள் இரண்டும் பாதிக்கப்பட்டிருந்தன. இவ்வேதனைகளை நேரிடையாகக் கிருஷ்ணமூர்த்தி பார்த்திருந்தார். குருமார்கள் மக்களின் பிரச்சனைகளுக்குத் தீர்வுகளைத் தருவதில்லை; வேதனை களையும் தீர்ப்பதில்லை என்பதை புரிந்து கொண்டார். வெளி யுலகத்திற்குச் சிறப்பாக உடையணிந்த நாகரீக மனிதனாக அவர் நடந்து கொண்டார். பெண்கள் அவர்மேல் காதல் கொண்டனர். அவரது சொற்களை அப்படியே பின்பற்றினர். நாடக அரங்குகள்,

இசை நிகழ்வுகள், அருங்காட்சியகங்கள், கோல்ப் மைதானங்கள், டென்னிஸ் மைதானங்களுக்கு அவரைப் பின் தொடர்ந்து வந்தனர். ஆனால், அவர்களில் எவரும் அவருக்குள் அந்நேரத்தில் ஏற்பட்டுக் கொண்டிருந்த மாற்றங்களை அறிந்தவர்களில்லை.

9

பிரான்ஸில் அவர்களுக்கு அது ஒரு நீண்ட தங்கல். இங்கு வாழ்க்கை, இங்கிலாந்தின் தினசரி வாழ்க்கை முறைகளிலிருந்து முற்றிலும் வேறுபட்டதாக இருந்தது. இளைஞர்கள் இருவரும் பாரிஸை மிகவும் நேசித்தனர். அவர்கள் இப்போது தனியாக எவர் துணையுமின்றி இந்நகருக்கு வந்திருந்ததால், பயணம் சற்று வித்யாசமான அனுபவமாக இருந்தது. அன்னி பெசண்ட் அப்போது இந்தியாவில், அதன் விடுதலைப் போராட்டத்தில் தன்னை முழுமையாக அர்ப்பணித்திருந்தார். சார்லஸ் வெப்ஸ்டரும் அவரது சொந்தப் பணிகளில் மும்முரமாக ஈடுபட்டிருந்தார்.

கிருஷ்ணாவும், நித்யாவும் இப்போது நன்கு வளர்ந்த இளைஞர்கள். அன்னி பெசண்ட், சார்லஸ் வெப்ஸ்டரின் கட்டுப்பாடுகள் இப்போது இல்லை. ஆனால், கிருஷ்ணா தொடர்ந்து எமிலி லுட்யென்ஸை அதிகம் சார்ந்திருந்தார். தாய் சஞ்சீவம்மாவின் மறைவிற்குப்பின் அவர் அறிந்திராத தாய்ப்பாசத்தை எமிலியால் அளிக்க முடிந்தது. வதந்திகளால் பாதிப்புறாமல், எமிலியுடனான அவரது நட்பு வாழ்வின் இறுதி வரை தொடர்ந்தது. எமிலிக்கு அவர் தினமும் கடிதங்கள் எழுதினார். இக்கடிதங்களில் வாழ்க்கையின் மீது அவருக்கிருந்த பற்றற்றத் தன்மை, சலிப்பு ஆகியவை இழையோடிக் கிடந்தன. "இதற்கெல்லாம் என்ன பொருள்? நான் எங்கே போகிறேன்? நான் என்ன செய்கிறேன்? இவ்வளவு மதிப்பு இதற்கு தரவேண்டுமா?" இவை போன்ற உணர்வெழுச்சிகள். இவை தனிமனித உணர்வுகளே. இந்த உணர்வுகளை சரியாகப் புரிந்து கொள்கிற ஒரே நபராக அவர் எமிலி லுட்யன்ஸை மட்டுமே எண்ணினார். எமிலியும் தேவையற்ற ஆலோசனைகளோ அறிவுரைகளோ சொல்லத் துணிந்ததில்லை. அவருக்கு குருமார்களின் மீது முழுமையான நம்பிக்கை இருந்தது. ஞான ஊர்தியான கிருஷ்ணாவின் எதிர்காலத்தின் மீதும். ஆனால், அவர்தான் அவரைக் கண்டுகொள்ள வேண்டும். வேறு யாரும் அவருக்கு உதவி செய்ய இயலாது என்று எண்ணினார்.

1920களின் பாரிஸ்! கிருஷ்ணாவின் எதிர்காலம் அப்போது ஒருவிதத்தில் தெளிவற்றதாகவே இருந்தது எனலாம். ஆனால் சகோதரர்கள் கற்றுக்கொள்ளவும் அனுபவிக்கவும் ஏராளமான விஷயங்கள் இருந்தன. பாரிஸில் மேடம் மேன்ஸியர்லியை இவர்கள் சந்தித்தனர். அவருக்கு நான்கு குழந்தைகள். ஊக்கமும் உற்சாகமும் நிறைந்த பிரம்ம ஞானி அவர். பாரிஸின், பாரசீகத்தின் கலாச்சாரத்தை இவர்களுக்கு அவர் அறிமுகப்படுத்தினார். விரைவில் இவர்கள் நல்ல நண்பர்களாயினர். கிருஷ்ணாவும், நித்யாவும் இக்குடும்பத்தினருடன் எங்கும் சென்றனர். அவர்கள் மூலம் பலவற்றை அறிந்து கொண்டனர்.

அங்கிருக்கும்போது ஒரு புதிய உலகத்தைப் பார்க்கும் அனுபவம் கிருஷ்ணாவிற்குக் கிடைத்தது. அந்த அனுபவம், புதிய கேள்விகளை, உள்முகப்பார்வைகளை அவருக்குக் கொணர்ந்தது. இவையெல்லாம் எதற்காக? அவரை தனது அறைக்கு அழைத்துச் சென்ற ஒரு பெண்மணியைப் பற்றி நமக்கு கூறப்பட்டுள்ளது. கட்டுப்படுத்த முடியாத தேக உணர்வுடன், சிற்றின்ப நோக்கத்துடன் அந்தப் பெண் அவரை அழைத்திருந்தாள். அவளுடன் தனியாக இருப்பதால் ஏற்படப்போகும் பின்விளைவுகளை உணராமல் அவர் சென்றார். அப்பெண்மணி அவரைத் தழுவிக்கொள்ள முயன்ற போது, அவர் அந்த அறையிலிருந்து பயந்து விரைந்து வெளி யேறினார். இந்த முதல் அனுபவம் இளைஞனான கிருஷ்ண மூர்த்திக்குள் உலகம் பற்றிய புதிய புரிதலைக் கொணர்ந்ததோ? அனைத்து இடங்களிலும், வயது வரம்பின்றி மக்களிடம் நிரம்பியிருக்கும் பாலுணர்வுப் பசியின், தாகத்தின், அச்சுறுத்தும் அதன் இயல்பு குறித்த அனுபவத்தை இந்நிகழ்வு அவருக்குத் தந்ததோ?

கிருஷ்ணமூர்த்தியை மனநிறைவின்மை விடாமல் துரத்தியது. கேள்விகளும் தொடர்ந்தன. பிரம்மஞான சபை உறுப்பினர்கள் அவ்வப்போது புதிய திட்டங்களைப் பற்றி அவரிடம் விவாதிக்க வந்தனர். புதுவிதமான சடங்குகள், விழாக்கள் குறித்துப் பேசினர். இவை அனைத்தும் பயனற்றவை என்பதாக அவர் உணர்ந்தார். எமிலிக்கு எழுதிய கடிதத்தில் "இவை எவ்வளவு அபத்தமானவை" என்று இவர் விசனத்துடன் குறிப்பிட்டிருந்தார். இத்தகைய விஷயங்கள் பற்றி இவர் எமிலிக்குத் தான் எழுத முடியும். அவர் இவற்றை புரிந்து கொள்வார். அவரைப் போன்ற நண்பர்களின் உதவியுடன் எதையும் மாற்ற முடியும்; புதிய உலகைப் படைக்க முடியும். தனித்து வேறுபட்டு நிற்காமல், மக்கள் ஒன்றிணைந்து

செயல்பட்டால்தான் இதனைச் செய்ய முடியும் என்று கிருஷ்ணமூர்த்தி நம்பினார். மக்கள்மீது அவருக்கு நம்பிக்கை இருந்தது. புதிய உலகைப் படைக்கப்போகும் பிரம்ம ஞான சபை கோட்பாட்டின்மீதும் அவர் நம்பிக்கை கொண்டிருந்தார். ஆனால், அது இன்னும் ஏன் நிகழவில்லை?

சார்லஸ் வெப்ஸ்டரின் அழைப்பின் பேரில் நித்யாவும் அவரும் ஆஸ்திரேலியா சென்றனர். சார்லஸ் வெப்ஸ்டர் தான் தொடங்கிய அமைப்பின் தலைமைப் பொறுப்பிற்கு தன்னையே நியமித்துக் கொண்டவர். அவ்வமைப்பின் சடங்குகளை, விழாக்களை அவரே திட்டமிட்டார். கிருஷ்ணமூர்த்தி இவற்றையெல்லாம் உன்னிப்பாகக் கவனித்தார். பிரம்மஞான சபை செயல்முறைகளின் ஒருபகுதியாகவே இவை மாறிப்போயின. அவற்றில் வெறுமையைத்தான் கிருஷ்ணா கண்டார். என்றைக்குமே அவரால் உதறித்தள்ள முடியாத வெறுப்பை, அதிருப்தியை அவருக்குள் இவை உருவாக்கின.

இந்நேரத்தில்தான் மெட்ராஸ் மேல் முறையீட்டு நீதிமன்றத்தில் அவரது வழக்கு தோற்றுப்போனதாக திருமதி பெசண்ட் அவருக்கு எழுதினார். மனதைத் தளர வைக்கும் செய்தி. உண்மையில் கிருஷ்ணா அவரின் வேதனையைப் புரிந்து கொண்டார். அவரைத் தேற்றுமுகமாக அன்பும் பிரியமும் நிறைந்த கடிதமொன்றை எழுதினார். தனது அன்பைத் தெரிவித்து, தைரியத்தை இழக்க வேண்டாம் என்று மன்றாடிக் கேட்டுக் கொண்டார். தனக்கு அன்னி பெசண்ட் செய்த அனைத்திற்கும் தான் மிகுந்த நன்றிக்கடன் பட்டிருப்பதாக அவர் திரும்பத் திரும்பக் கூறினார்.

ஆனால், சார்லஸ் வெப்ஸ்டருக்கு எழுதப்பட்ட கடிதம் வேறு உணர்வைப் பேசியது. முதிர்ச்சியடைந்து கொண்டிருந்த இளைஞன் கிருஷ்ணாவை அதில் நாம் பார்க்க முடியும். ''எனது விஷயங்களை நானே முடிவு செய்ய வேண்டிய நேரம் வந்துவிட்டதாகக் கருதுகிறேன். சில ஆண்டுகளாக நடந்து வருவதுபோல், என் மீது எதையும் திணிக்காமல் என்னை வருத்தத்திற்கு ஆட்படுத்தாமல் இருந்தால், குருமார்களின் உத்தரவுகளை என்னால் சிறந்த முறையில் நிறைவேற்ற முடியும் என நினைக்கிறேன். இப்போது எனக்கு பதினெட்டு வயதாகிவிட்டது. நான்தான் பொறுப்பு என்று உணர்ந்துவிட்டால் என்னால் எதையும் சிறப்பாக செய்ய முடியும். அறிவுரைகளின் துணையுடன் எதையும் என்னால் நிர்வகிக்க முடியும். தவறுகள் நிச்சயம் நிகழும். ஆனால், என் கடமை என்ன

என்பதை அறிந்தவன் நான். பொறுப்புகளை உணர்ந்து செயல்படும் வகையில் எனக்கு இதுவரை வாய்ப்புகள் எதுவும் தரப்படவில்லை. ஒரு குழந்தையைப்போல அங்குமிங்கும் அலைக்கழிக்கப்பட்டேன். இதற்குமுன் இவை குறித்து நான் எழுதவில்லை. ஆனால், நிலைமை இப்போது முற்றிலும் மாறிவிட்டது என்பதை நீங்கள் இருவரும் உணர்வீர்கள்''.

கற்பனை செய்ய முடிந்ததுபோல், சபையின் மூத்த உறுப்பினர்களின் மத்தியில் இக்கடிதம் மனக்கசப்பை ஏற்படுத்தியது. ஆனால், அவரது வளர்ச்சிக்கட்டத்தின் ஒருபகுதியே இது. உணர்வெழுச்சி மிக்க எந்தவொரு இளைஞனும் செய்யக்கூடிய ஒன்றைத்தான் கிருஷ்ணாவும் செய்தார். குருமார்களின் மீதான அவரது நம்பிக்கை முழுமையானது. இருப்பினும், ஏதோவொரு விதத்தில், இருட்டில் திசை தெரியாமல் தடுமாறுவதாகவே அவருக்குத் தோன்றியது.

"எனது வாழ்க்கையின் தத்துவம் எனக்குத் தெரியவில்லை. ஆனால் அப்படிப்பட்ட ஒன்று எனக்குத் தேவை. நான் அத்தகைய ஒன்றைக் கண்டறிய வேண்டும். அப்போதுதானே மற்றவர்க்கு உதவ முடியும்'', என்று தன் மனதில் தோன்றியதை எமிலியிடம் அவர் கூறினார். இளைஞன் கிருஷ்ணா ஒன்றில் உறுதியாய் இருந்தார்: தான் உலகின் ஞானாசிரியன். இந்த உலகில் ஆற்றவேண்டிய பணிகள் இருக்கின்றன. மனதளவில் அதற்கான விருப்பம் இருக்கிறது. தேகம் பலவீனமாக இருப்பதை அவர் உணர்ந்தார். எப்போதும் தொல்லை தரும், சொல்லப்போனால் பொறுப்பற்று வெளிப்படும் தன்முனைப்பை அவர் சமாளிக்க வேண்டியிருந்தது. அது தன் வாழ்விடமாக உடலையும் மனதையும் மாற்றிக் கொள்வதற்குள் அவை ஆன்மீக உணர்வால் நிறைய வேண்டும்.

பாரிஸில் அந்த ஆண்டு 'கீழை நட்சத்திர' அமைப்பின் முதல் உலக மாநாடு நடந்தது. அன்னி பெசண்ட் அந்த மாநாட்டில் கலந்து கொண்டார். கிருஷ்ணாவும் நித்யாவும் அவருடன் சென்றனர். நித்யாவின் உடல்நிலை மிக மோசமாக இருந்தது. தொடர்ச்சியான இருமல். உடல் எடையும் குறைந்து போனது. நெஞ்சக நோய் என்பதை பரிசோதனைகள் உறுதி செய்தன. நுரையீரல்களை நோய் அரித்துக் கொண்டிருந்தது. குருமார்கள் அவரது உடல்நிலை சரியாகும் என்று உறுதி கூறினர். அவர்களது சொற்களை முழுமையாக அவர் நம்பினார். நடக்க இருக்கின்ற நிகழ்வுகளில் அவர் கவனம் முழுவதும் இருந்தது. மாநாட்டின் நட்சத்திர விருந்தினர் அவர்தான். தங்கள் ஞானாசிரியனைப் பார்க்க உலகம் முழுவதிலுமிருந்து அதிக எண்ணிக்கையில் பிரம்ம ஞானிகள்

ஜிட்டு கிருஷ்ணமூர்த்தி

மாநாட்டில் கூடவிருந்தனர். கிருஷ்ணாவின்மீது அவர்கள் பெரும் நம்பிக்கை வைத்திருந்தனர். அவர்களுக்காகவும் இந்த உலகத்திற்காகவும் அவர் நிகழ்த்தும் உரையை ஆவலுடன் எதிர்பார்த்தனர். கிருஷ்ணா என்ற ஞான ஊர்தியின் வழியாக இறைவன் மைத்ரேயன் பேசவிருக்கிறார். கிருஷ்ணா பிரபலமான மனிதரானார்.

விசுவாசிகள், வாக்குறுதிகள், சடங்குகள், ஆடம்பர விழாக்கள் இவை எதையும் அவர் விரும்பவில்லை. கிருஷ்ணா இவற்றை வெறுத்தார். அவரால் எதனையும் தாங்கிக் கொள்ள முடியவில்லை. உள்ளுக்குள் அவர் இவற்றை எல்லாம் எதிர்த்தார். படிப்பைத் தொடர அனுமதிக்க மாட்டார்களா, தனியே விட மாட்டார்களா என்று ஏங்கினார். ஆனால், வெளிச்சம் அவர்மேல் குவிந்திருந்தது. அவரால் எதுவும் செய்ய முடியாது. அவரது மன உளைச்சல்கள், எதிர்ப்புகளைப் பொருட்படுத்தாமல் அவர் சென்ற இடமெல்லாம் இவை சென்றன. வேறு வழியின்றி இவற்றுடன் வாழ்வதற்கு அவர் கற்றுக்கொண்டார்.

மாநாட்டு மேடையில், திருமதி பெசண்டின் அருகில் இளைஞர் கிருஷ்ணமூர்த்தி அமர்ந்திருந்தார். அவரது தெய்வீக சக்திமீது நம்பிக்கை வைத்து தொலை தூரங்களிலிருந்தும் மாநாட்டிற்கு வந்திருந்தவர்களை அவர் கவனித்தார். நடை முறைகளை விரைவாகப் புரிந்து கொண்டு சிரமமேதுமின்றி மாநாட்டு நிகழ்வுகளை அவர் நடத்தினார். பின்னாட்களில் பெசண்ட் இதனைப் புகழ்ந்து பேசியதுண்டு. தனக்குள் தோன்றியிருக்கும் சந்தேகங்களின் அறிகுறிகளை பெசண்டோ மற்றவர்களோ அறியாவண்ணம் அவர் நடந்து கொண்டார். இந்த மாநாடு முடிந்து, மூன்று மாதங்களுக்குப்பின் பிரம்ம ஞானிகளின் மாநாடும், கீழை நட்சத்திரத்தின் மாநாடும் நடைபெற்றன. இரண்டிலும் கிருஷ்ணாவிற்கு தலைமைப் பாத்திரம் அளிக்கப்பட்டது. மூத்தவர்கள் மகிழ்ச்சியுறும் வண்ணம் இருவிழாக்களையும் அவர் சிறப்புடன் நடத்தினார்.

கிருஷ்ணாவின் வற்புறுத்தலால், 'கீழை நட்சத்திரத்தின்' மாநாட்டில் தீர்மானம் ஒன்று நிறைவேற்றப்பட்டது. இனி சம்பிரதாய விழாக்கள் ஏதும் கூடாது. மிக அழகானவை என்றாலும், "வாழ்வின் இயல்பான இயக்கத்தைத் தடை செய்யும் வெறும் வெளிப்பூச்சுகளாக அவை கெட்டிதட்டிப் போய்விடுகின்றன." தனது எண்ணங்களையும் சிந்தனைகளையும் எவ்விதத் தயக்கமுமின்றி ஹெரால்ட் இதழின் ஆசிரியர் பக்கத்தில் அவர்

எழுதினார். வெளிப்படையான மனம் குறித்துப் பேசினார். ''நாம் உண்மையைப் புரிந்து கொள்ள இது மிகவும் அவசியமானது''. இதற்கு இரண்டு வழிகள் கிடையாது. கிருஷ்ணமூர்த்தியின் பழைய ஆசிரியர் ஜைனராஜ தாசர் தனது இளம் மாணவர் கூறுவதிலிருக்கும் உண்மையை உணர்ந்தார். பாரம்பரியம் சார்ந்த அனைத்து விஷயங்களிலும், சிந்தனைகளிலும், பழக்க வழக்கங்களிலும் அறிவார்ந்த பற்றின்மை இப்போது தேவைப்படுகிறது என்று அவர் பேசினார். தனது மாணவனிடத்தில் இதுவரை பார்த்திராத ஒரு புதிய மனிதனை அவர் கண்டார். தடைகளை உடைத்தெறிந்து தன் கண்முன் தோன்றி நிற்கும் ஓர் இளைஞனை, திடீரென விழித்தெழுந்து கண்டதுபோல் அவர் உணர்ந்தார்.

10

நித்யா உடல்நலமற்று வீழ்ந்துவிட்டார். காய்ச்சல் விடவே இல்லை. அந்த இளம் உடலை நெஞ்சக நோய் அரித்துக் கொண்டிருந்தது. சஞ்சலம் அடைந்த கிருஷ்ணா குருமார்களைத் தொடர்பு கொண்டார். அவருக்கும் அவரது சகோதரனுக்கும் சிறந்த எதிர்காலம் இருக்கிறது என்ற நம்பிக்கை ஒளியை அவர்கள் தந்தனர். இவை ஒருபுறமிருக்க மருத்துவர் என்றைக்கும் மகிழ்ச்சிதரும் செய்தியை கூறமறுத்தார். நித்யாவிற்கு ஓய்வு தேவை. தொடர்ச்சியான மருத்துவ சிகிச்சையும் தேவை என்றார். சகோதரர்கள் போய்ஸி நகருக்குச் சென்றனர். நித்யாவிற்கு அங்கு நல்ல ஓய்வு கிடைத்தது. தூய்மையான காற்றில் நடைப்பயிற்சியும் அவர் மேற்கொண்டார். அதனால் உடல்நிலையில் உடனடி முன்னேற்றம் ஏற்பட்டது. மீண்டெழுவார் என்ற நம்பிக்கை புத்துயிர் பெற்றது.

பிலிப் வான் எர்டே என்ற செல்வவளம் மிக்க டச்சு பிரபு, தனது அரண்மனைக்கு வரும்படி சகோதரர்களுக்கு அழைப்பு விடுத்தார். பதினெட்டாம் நூற்றாண்டில் கட்டப்பட்ட அரண்மனை அது. ஹாலந்தின் ஆர்னெம் நகருக்கு அருகில் ஓமன் என்ற அழகிய சிற்றூரில் இருந்தது. சகோதரர்களுக்கு அதுவொரு மறக்கமுடியா பயணம். ஏனென்றால், அந்தப் பிரபு அரண்மனை யையும் அதைச் சுற்றியிருந்த வனம் நிறைந்த நிலப்பரப்பையும் 'கீழை நட்சத்திர' அமைப்பிற்கு அளித்துவிட்டார். இந்த இளம் தீர்க்கதரிசியின்பால் அந்தப் பிரபு முற்றிலும் ஈர்க்கப்பட்டுவிட்டார். உற்சாகம்மிக்க இளம் நண்பர்கள் பலர் அங்கு அவர்களுடன் சேர்ந்து கொண்டனர். இளமை

ததும்பும் சிரிப்புகளால், பேச்சுகளால் அந்த அரண்மனை எதிரொலித்தது. நித்யாவின் உடல்நிலையிலும் குறிப்பிடத்தக்க முன்னேற்றம் ஏற்பட்டது. காய்ச்சல் முற்றிலும் நீங்கிவிட்டது. அதுபோலவே அச்சுறுத்திய இருமலும் போய் விட்டது. வானிலையும் அங்கு அற்புதமாக இருந்தது. அனைத்தும் நல்லபடியாக மகிழ்ச்சியாக அமைந்தன. கிருஷ்ணா அங்கு இளைஞர்கள் பலரைச் சந்தித்தார்.

ஒரு மகிழ்ச்சியான விடுமுறைக்குப்பின் கிருஷ்ணா மாண்டிஸேனோ திரும்பினார். வரும் வழியில் ஜெனிவாவில் உலக நாடுகள் சங்கத்தின் அமர்வு ஒன்றில் அவர் கலந்து கொண்டார். அவர் இதுவரை அறிந்திராத புதிய விஷயங்களைத் தெரிந்து கொள்ளும் நிகழ்வாக அது அமைந்தது. அந்த அமர்வைப் பற்றி பின்னர் எமிலிக்கு இவ்வாறு எழுதினார். ''பல்வேறு பிற்போக்குவாதிகள் பழமைவாதிகள் அங்கு உரையாற்றினர். இராபர்ட் சிஸில் பிரபுவும் அதில் ஒருவர். நச்சு வாயு பயன்பாட்டை நிறுத்துவது குறித்து அவர் பேசினார். ஆனால், அடிப்படை விஷயத்தை, அனைத்து யுத்தங்களையும் நிறுத்துவதைக் குறித்து ஏன் இவர்கள் பேச மறுக்கிறார்கள். நேர்மையற்றவர்கள், பணத்தின் பின்னால் ஓடுபவர்கள். பிரம்மஞானிகளான நம்மால், உலக நாடுகள் சங்கத்தை சிறப்புடன் நடத்த முடியும். ஏனெனில் நாம் பாரபட்சமற்றவர்கள். பிரம்ம ஞான சபையின் சார்பில் உண்மையான உலக நாடுகள் சங்கத்தை நாம் உருவாக்க வேண்டும். அதில் அனைத்து நாடுகளும் உறுப்பினர்களாக வேண்டும். நன்கு செயலாற்ற வேண்டும். உண்மையில் இப்போது நாம் சரியாகச் செயல்படவில்லை. காத்திருங்கள்; நாம் நன்கு செயல்படுவோம். நமது செயல்பாட்டால் அதிர்வுகளை ஏற்படுத்துவோம். அனைவரையும் அவர்கள் தந்திரத்தாலேயே வெல்வோம்.''

இலட்சியவாத வாழ்விலிருக்கும் வீண் தற்பெருமை, மூடத்தனம் பற்றி கிருஷ்ணமூர்த்தி பின்னொருமுறை பேசினார். எத்தகைய குழப்பமான சூழலில் நாம் இருக்கிறோம் என்பதை உற்று நோக்கவேண்டும் என்பது இதில் முக்கியமானது என்று அவர் கூறுவதுண்டு. நம்மால் உருவான பிரச்சனைகளை தெளிவான பார்வையுடன் அணுக வேண்டும். அப்போது ஒருவேளை ஏதாவது நிகழும். என்ன என்பதைப் பற்றி அவர் அதிகமான சொற்களால் தெளிவுபடுத்தவில்லை. ஆனால், எதையும் ஒரு மாயையுடன் பார்க்காமலிருப்பது முக்கியம் என்று அவர் பேசினார். 1919ல் அவர் இளைஞன். நம்பிக்கையும் களங்கமற்றத் தன்மையும் நிறைந்தவர்.

வன்முறைகளின் முடிவிற்கு முயல்வதை விடுத்து, பிரம்ம ஞான சபையினர் இலட்சியவாத நிலை நோக்கி செல்வதாக அவர் கருதினார். நம்பிக்கையும் உறுதிப்பாடும் கொண்ட மனிதர்களால், அறிவும் விவேகமும் நிறைந்த உலகை, போரற்ற உலகைப் படைப்பது சாத்தியம் என்று உறுதியாக அவர் நம்பினார்.

தொடர்ந்த ஆண்டுகளில் கிருஷ்ணமூர்த்தியின் மொழியில் மாற்றம் ஏற்பட்டது. ஆழ்ந்த உள்ளுணர்வுகளால் அது தாக்கம் பெற்றிருந்தது. வன்முறையின் இயல்பு, மனித மனங்களில் அதன் வேர்கள், அத்தகைய மனதின் இயல்பு குறித்த பெருமளவிலான புரிதல் அப்பேச்சில் காணப்பட்டது. யுத்தத்திற்கு எதிரான அமைப்புகளால், அரசியல், பொருளாதார, சமூக சீர்திருத்தங்களால் போர்களை நிறுத்த முடியாதென்று பின்னாட்களில் அவர் பேசினார். தனி மனித மனங்களின் ஆழ்தளத்தில் அடிப்படை மாற்றங்கள் மிகவும் தேவை என்றார் அவர்.

சில மாதங்கள் கழித்து கிருஷ்ணாவும், நித்யாவும் அன்னி பெசண்டுடன் இந்தியா வந்தனர்.

மீண்டும் இந்தியா. ஆனால், இம்முறை பயணம் உற்சாகமான மகிழ்வான அனுபவங்களை கிருஷ்ணாவிற்குத் தரவில்லை. அடையாறில் பிரம்ம ஞான சபை பிளவுண்டிருந்தது. வதந்திகளும், பொறாமையும், குழுச் சண்டைகளும் கோலோச்சின. பிளவின் இடையில் தான் சிக்கிக் கொண்டதற்கு கிருஷ்ணா வருந்தினார். ஒற்றுமை ஏற்படுத்த அவர் முயன்றார். உறுப்பினர்களைத் தன் அறைக்கு வரவழைத்து கூடிப்பேசுவதற்கும் ஏற்பாடுகள் செய்தார். ஆனால்,அவருக்கு வெற்றி கிட்டவில்லை. உலக வாழ்வின் ஒரு பகுதியாகிவிட்ட சூழ்ச்சிகளும், வதந்திகளும் நிறைந்து, கசப்பான சச்சரவுகள் தொடர்ந்தன.

சகோதரர்கள் சமஸ்கிருதப் பாடங்களை கற்க அன்னி பெசண்ட் ஏற்பாடு செய்திருந்தார். கிருஷ்ணாவிற்கு இதுதான் பெரும் ஆறுதலாக இருந்தது. எனினும் இதைவிடச் சிறந்ததாக அந்தி சாயும் நேரங்களில் மெரினாவில் நடப்பது அமைந்தது. சூரிய உதயம், அஸ்தமனம் இரண்டிற்கும் அற்பப் பிரச்சனைகளை விரட்டி அடிக்கும் அற்புத சக்தி உண்டு. இயற்கையின் பேரழகிற்கு மானுட அற்பங்கள் வழிவிட்டு விலகிவிடும். தன் வாழ்நாளின் இறுதிவரை சூரிய உதயத்தையும் மாலையில் மறையும் கதிரவனையும் கிருஷ்ணமூர்த்தி மிகவும் இரசித்தார்.

ஜிட்டு கிருஷ்ணமூர்த்தி

இந்தியாவிலிருந்து கிருஷ்ணமூர்த்தியும், நித்யாவும் சிலோன் வழியாக ஆஸ்திரேலியா சென்றனர். அங்கு சார்லஸ் வெப்ஸ்டர் ஜிட்டு சகோதரர்களை வரவேற்றார். சிட்னியில் அவர்களைச் சந்தித்த அவர், முக்கியமான பல மனிதர்களுக்கு இவர்களை அறிமுகம் செய்துவைத்தார். அவர்கள் பார்ப்பதற்கும் கற்றுக்கொள்வதற்கும் அங்கு ஏராளம் இருந்தன. சார்லஸ் தலைமையேற்று நடத்திய பிரார்த்தனைக் கூட்டத்தில் அவர்கள் கலந்து கொண்டனர். விமர்சையாகவும் பகட்டாகவும் அது நடைபெற்றது. ஆனால், கிருஷ்ணா நெகிழவில்லை; அவருக்கு அலுப்பாக இருந்தது. தான் மிகக் கவனமுடன் அக்கறையுடன் வளர்த்தெடுத்த சிறுவன், தனது இந்த புதிய அமைப்பில், சர்ச்சில் ஈடுபாடு காட்டாமலிருப்பதை சார்லஸ் கவனித்தார். வெளியிலிருந்து பார்ப்பதுபோல, எல்லா வற்றிலிருந்தும் தள்ளியே நின்றார் கிருஷ்ணா. அலங்காரமாகவும் நாடகத்தனத்துடனும் நடந்த நிகழ்வுகளால் அவர் தாக்கமுற வில்லை. நல்லது. இது அப்படியென்றால், அப்படியே இருக்கட்டும். சார்லஸ் கலக்கமுறாமல் தனது புதுத் திட்டங்களை முன்னெடுத்துச் சென்றார்.

ஆனால், இளைஞர்களின் வாழ்வில் வேறொன்று நிகழ்ந்து கொண்டிருந்தது. கிருஷ்ணாவின் கவனம் முழுவதும் அதற்கு தேவைப்பட்டது. கப்பல் பயணத்தால் நித்யாவிற்கு உடல்நிலை பாதிப்புற்றிருந்தது. இருமலும், காய்ச்சலும் அதிகமாகின. ஆஸ்திரேலியாவில் அவருக்கு சிகிச்சை அளித்த மருத்துவர் உடல்நிலை மிக மோசமாக இருப்பதாகக் கூறினார். நுரையீரல்கள் மிகவும் பாதிக்கப்பட்டு, நெஞ்சக நோய் உச்சத்தில் இருக்கிறது. உடனடியான தீவிர சிகிச்சை தேவை என்று கூறினார். இந்தச் சூழலில் சார்லஸ் வெப்ஸ்டரின் செயல்கள், அவரது சர்ச் நடவடிக்கைகள் அவருக்கு வெறுமையானதாக, அற்பமானதாகத் தோன்றியிருக்க வேண்டும்.

கிருஷ்ணமூர்த்தி உடனடியாக ஐரோப்பா திரும்ப முடிவெடுத்தார். ஸ்விட்சர்லாந்தில் தங்கி நித்யாவிற்கு சிகிச்சை அளிக்க விரும்பினார். ஆனால் அப்படி நடக்கவில்லை. நிகழ்ந்ததுபோல், சகோதரர்கள் ஐரோப்பாவிற்குச் செல்லாமல், ஐக்கிய நாடுகளுக்குச் சென்றனர்.

அமெரிக்கா செல்வதற்கு நித்யா முதலில் தயங்கினார். ஐரோப்பாவில், ஸ்விட்சர்லாந்தில் தங்க விரும்புவதாகக் கூறினார். ஆனால், அமெரிக்க பிரம்ம ஞான சபையின் தலைவர் ஆல்பர்ட் வாரிங்டன், அமெரிக்கப் பயணத்தை அவர்கள் ஒப்புக்

கொள்ளுமாறு செய்தார். அவர்கள் தங்குவதற்கு கலிபோர்னியாவில் குறிப்பட்ட இடமொன்றில் சிறிய வீடு ஒன்று ஏற்பாடு செய்யப்படும் என்றார். பிரம்ம ஞான சபையின் மூத்த உறுப்பினர்கள் இவர்களுடன் வரப்போவதில்லை என்பதால், இடையூறுகளின்றி தங்கள் விருப்பம்போல் அவர்கள் தங்கலாம் என்றார். எனவே, கப்பல் பயணத்தின் முடிவில் அந்தப் புதிய உலகை 1922ஆம் ஆண்டு ஜுலை மாதத்தில் அவர்கள் அடைந்தனர். கலிபோர்னியாவின் ஓஜாய் நகரில் வீடு ஒன்றை ஆல்பர்ட் வாரிங்டன் ஏற்பாடு செய்திருந்தார். அதற்கு பைன் காட்டேஜ் என்று அவர்கள் பெயரிட்டனர். தன் வாழ்நாளின் பெரும்பகுதி கிருஷ்ணமூர்த்தி இங்குதான் வாழ்ந்தார்.

இதற்குமுன் அவர் பார்த்து அனுபவித்த இடங்களைப் போல் அமெரிக்கா இல்லை. இங்கு ஓஜாய் நகரில் புதுவகை சுதந்திரம்; சிந்திக்கவும் செயல்படுவதற்குமான புதிய இடமாக அவ்விடம் அமைந்தது. இந்தப் புதிய உலகத்தில் மக்கள் மிக இலகுவாக எளிமையான முறையில் பழகுவதைப் பார்த்து கிருஷ்ணா மிகவும் மகிழ்ச்சியுற்றார். அமெரிக்கர்கள், சம்பிரதாயம் தவிர்த்து பழகிய விதம் அவரைப் பெரிதும் வசீகரித்தது. அவர்களது சுதந்திர சிந்தனைப்போக்கும், எவ்வித மனத் தடைகளுமற்ற பழகுமுறையும் பிடித்துப்போனது.

ஆனால், நித்யா தொடர்ந்து உடல்நலமின்றியே இருந்தார். தொடர்ந்து வந்த கோடையிலும் அப்படியே. கிருஷ்ணா அவர் அருகிலேயே இருந்தார். அர்ப்பணிப்புடன் இரவும் பகலும் அவரைக் கவனித்து சேவைகள் செய்தார். இருமல் நிற்கவில்லை. மோசமாயிற்று. காய்ச்சலும் திரும்ப வந்தது. இருமும்போது அவ்வப்போது இரத்தமும் வெளிவந்தது. மிக விரைவாக உடல் எடையும் குறைந்தது. தனது சகோதரனை விட்டுப் பிரிய அவருக்கு மனமில்லை. எனவே, அவ்வாண்டு ஐரோப்பாவில் நடைபெற்ற பிரம்மஞானிகளின் மாநாட்டில் அவர் கலந்து கொள்ளவில்லை. அன்னி பெசண்ட் மாநாட்டு நிகழ்வுகளில் கலந்து கொண்டார். அருண்டேலும் பிரம்ம ஞான சபையின் மற்ற மூத்த உறுப்பினர்களும் அவருடன் சென்றிருந்தனர்.

அன்னி பெசண்டிற்கு வயதாகிக் கொண்டிருந்தது. அவரது கிருஷ்ணாவின் மீது அவருக்கு ஆழ்ந்த அன்பு. ஆனால், மூத்த உறுப்பினர்களை அவர் அதிகம் சார்ந்திருக்க வேண்டியிருந்தது. கிருஷ்ணாவிற்குத் தெரியாமல் அல்லது அவரது ஒப்புதலின்றி மாநாட்டில் சில முடிவுகள் எடுக்கப்பட்டன. அருண்டேலும் வேறு

சிலரும் குருமார்களுடன் தாங்கள் தொடர்ந்து தொடர்பில் இருப்பதாகவும், அவர்களிடமிருந்து செய்திகள் கொண்டு வந்திருப்பதாகவும் கூறினர்; அமைப்பில், யாரை, எங்கே, எந்த இடத்தில் வைப்பது என்பதை குருமார்கள் முடிவெடுத் திருப்பதாகக் கூறினர். அவர்களுடைய முன்மொழிவுகளை எவரும் மறுக்க முடியாது. இவை சூக்கும உலகில் நடப்பவை. சாதாரண மனிதர்களால் அங்கு நடப்பவற்றை அறிய முடியாது. இயேசு செய்ததுபோல் தங்களுடைய செயல்களை நிறைவேற்ற குருமார்கள் தூதுவர்களைத் தேர்ந்தெடுந்திருப்பதாக அவர்கள் அறிவித்தனர். அவ்வாறு தேர்ந்தெடுக்கப்பட்ட தூதுவர்களில் கிருஷ்ணமூர்த்தியும் ஒருவர் என்றனர்.

கிருஷ்ணமூர்த்தியிடம் இதைப்பற்றித் தெரிவித்ததும் அவர் கடும்கோபம் கொண்டார். தனக்கு எதுவும் தெரியாதென்று உறுதியாகக் கூறி இதனை ஏற்க மறுத்தார். அவரின் இந்தச் செயலால் அன்னி பெசண்ட் பெரும் வேதனை அடைந்தார். ஏனெனில் பழமைவாத பிரம்மஞானிகளின் கருத்துகளுடன் அவர் உடன்பட்டிருந்தார். இம்முடிவை ஏற்றுக்கொண்டு செயலாற்ற கிருஷ்ணமூர்த்தியை அவரால் ஒப்புக்கொள்ள வைக்க முடிய வில்லை. அப்போது கிருஷ்ணா, நோய்வாய்ப்பட்டு ஆபத்தான நிலையிலிருந்த தனது சகோதரனுக்கு சேவை செய்து கொண்டு ஓஜாயில் தங்கியிருந்தார். எதற்கும் பணிந்து போகாத அவரது குணத்தால்தான் அவரது சகோதரன் நோய்வாய்ப்பட்டான் என்று மறைமுகமாகக் குறிப்பிட்டும் அவர் நெகிழ்ந்து கொடுக்கவில்லை. இவருடைய செயலால் குருமார்கள் வருத்தம் அடைந்துள்ளனர். இதற்கு விலையாக நித்யாவின் உயிரைக் கொடுக்க வேண்டி யிருக்கும் என்றும் சுட்டிக்காட்டப்பட்டது. இதுவும் எவ்வித மாற்றத்தையும் ஏற்படுத்தவில்லை. குருமார்களின் கட்டளையை அவர் மறுக்க விரும்பவில்லை. ஆனால், அவர்களின் கூற்றை மற்றவர்கள் தங்களுக்குச் சாதகமாக திரித்துக் கூறுவதை அவர் எப்படி ஏற்கமுடியும். தனிமனிதன், தன் எண்ணங்களை இறைவனிடம் நேரிடையாகத் தெரிவிக்க வேண்டும். அந்த வழியைக் காண்பிக்க எவருக்கும் அதிகாரமில்லை என்றார் கிருஷ்ணா. இதனால் பழமைவாத பிரம்ம ஞானிகள் மனதளவில் காயம் பட்டனர். கோபம் கொண்டனர். இது இயல்பானதே. சபையின் உறுப்பினர்களின் மத்தியில் பெரும் பிளவு உருவாயிற்று.

கிருஷ்ணா பலரும் அறிந்த பிரபல மனிதராகிவிட்டார். அறிவுஜீவிகள், தத்துவ அறிஞர்கள், கவிஞர்கள், எழுத்தாளர்கள்,

அறிவியல் அறிஞர்கள், கலைஞர்கள் ஆகியோர் இந்த இளைஞர் மீது அக்கறை காட்டத் தொடங்கினர். அவரது உரைகளின் மீது ஆர்வம் கொண்டனர். அவரை நேரிடையாகச் சென்று சந்தித்தனர். அவருடன் தங்கி பல விஷயங்கள் குறித்து விவாதித்தனர். உலக விஷயங்கள் தொடங்கி ஆன்மிக உலகம் சார்ந்தவை வரை அவர்கள் பேசினர். அவர் பயன்படுத்திய சொற்களின் முக்கியத்துவத்தில் அவர்கள் அக்கறை கொண்டனர். கிருஷ்ணமூர்த்தியின் உரைகளைக் கேட்கும் மனிதர்களை ஏதோ ஒன்று உலுக்கியது. ஒருவேளை, இவருக்குள் முற்றிலும் வேறுவிதமான புரட்சியாளனை அவர்கள் உணர்ந்திருக்கலாம். அவர் கூறியவை புதியன. எவரும் கூறாதவை. வேறு எவரின் எழுத்துகளையும் அவர் எடுத்துரைக்கவில்லை. இரண்டாம் தர விஷயங்களை, மற்றவர் அசைபோட்ட அறிவார்ந்த விஷயங்களை அவர் வழங்கவில்லை. ஆனால், அவர் உரையைக் கேட்க ஏராளமான மனிதர்கள் கூடினர்.

சிறிய வீடான பைன் காட்டேஜின் பொறுப்புகளை இராஜ கோபால் கவனித்துக் கொண்டார். விரைவில் அவர்களுடன் பதினெட்டு வயது இளம்பெண் ஒருத்தியும் இணைந்து கொண்டாள். ரோஸலின் வில்லியம்ஸ் என்ற அந்தப் பெண் நோய்வாய்ப்பட்டிருக்கும் நித்யாவைக் கவனித்துக் கொள்வதற்கு வந்தவள்.

பைன் காட்டேஜ் அழகியதொரு இடத்தில் அமைந்திருந்தது. ஆரஞ்சுத் தோட்டங்களால், குன்றுகளால், காடுகளால் அவ்விடம் சூழப்பட்டிருந்திருந்தது. மிதமான வானிலை. நித்யாவும் கிருஷ்ணாவும் அவ்விடத்தை மிகவும் விரும்பினர். சில மாதங்களில், ரோஸலினின் அர்ப்பணிப்பு மிக்க சேவையால், நித்யாவின் உடல்நிலையில் மீண்டும் முன்னேற்றம் ஏற்பட்டது. அருகிலிருந்த சான் பிரான்ஸிஸ்கோ நகரில் சிறந்த மருத்துவர்கள் இருந்தனர். அதுமட்டுமின்றி நித்யாவின் சிகிச்சைக்காக அனைத்தும் செய்யப்பட்டன. அவர் தினமும் மேற்கொண்ட நடைப்பயிற்சியை உற்சாகத்துடன் அவர் அனுபவித்தார்.

இங்கிருக்கும் போதுதான், இக்காலத்தில்தான், அவரது வாழ்க்கையில் முக்கியமான ''பண்படுதல்'' என்ற நிகழ்வுப் போக்கு அவருக்குள் முதன் முதலாக ஏற்பட்டது. இன்றுவரை எவருக்கும் அந்த மாபெரும் புதிருக்கான விடை தெரியாமலே இருக்கிறது. பலவித விளக்கங்கள் இதற்கு அளிக்கப்பட்டாலும் உண்மையில் விடைகாணப்படாத ஒன்றாகவே இருக்கிறது.

11

கிருஷ்ணமூர்த்தி மிகத் தீவிரமாக, தியானத்தில் ஈடுபட்டு வந்தார். இயல்பாக தன்னை இழந்து, மிக இலகுவாக அதனைச் செய்து வந்தார். இப்போதும் அவர் குருமார்களுடன் தொடர்பில் இருந்தார். தியானத்தின்போது புலனுணர் பார்வையின் முடிவிலாக் கதவுகள் அவருக்காகத் திறக்கப்பட்டன; அனைத்து வேறுபட்டத் தன்மைகளும் முடிவுக்கு வந்தன; அனைத்து மக்களுடன், அனைத்துப் பொருட்களுடன் தான் ஒன்றாகிவிட்டதாகவும் உணர்ந்தார். எனினும் இந்த நிலையை அடைவதற்கு விலை யில்லாமல் இல்லை. அதனைக் கொடுத்துதான் ஆகவேண்டும். தேகத்தின் வலியிலிருந்து அது தொடங்கியது. போக்க முடியாத, விளக்க முடியாத வலி. தலையில் தொடங்கிய அந்த வலி, கழுத்தின் பின்புறம் இறங்கியது. தாளமுடியாத வலி. அமைதியாகப் பார்த்து நிற்பதைத் தவிர்த்து, நித்யா, வாரிங்டன், ரோஸலின் ஆகியோரால் எதுவும் செய்ய இயலவில்லை. அந்த வலியும், அந்த அனுபவமும் கிருஷ்ணாவுடையது. அவர்மீது அபரிமிதமான அன்பை, அக்கறையை அவர்கள் வைத்திருந்தாலும் அவர்களால் அவ்வலியை பகிர்ந்துகொள்ள முடியாது.

ஒட்டுமொத்த உடலும் தீயில் எரிவது போன்ற அந்த வலியால், தாளமுடியாமல் சில நேரங்களில் அவர் கதறுவார். தரையில் விழுந்து உருண்டு புரள்வார். சில நேரங்களில் தன்னைச் சுற்றியிருப்பவற்றைக் கடுமையாக வெறுப்பார். இந்தப் படுக்கை மிக அருவருப்பாக இருக்கிறது; இந்த விரிப்புகளில் படுக்க தனக்கு விருப்பமில்லை என்று கத்துவார். அவரைச் சுற்றியுள்ளவர்களுக்கு எதுவும் புரியாது. ரோஸலின் துவைத்துக் காயவைத்த சுத்தமான படுக்கை விரிப்புகள்தான் அவை. சில நேரங்களில் அவரது முகத்தை எவரோ பிடுங்கி எடுத்துச் சென்றதுபோல் கதறுவார். பிடுங்கி யவரைத் தெரிகிறது. ஆனால் பெயரைக் கூறமுடியவில்லை என்பார்.

மானுட சக்தியில்லாத ஏதோ ஓர் அச்சுறுத்தும் சக்தி அவரிலிருந்து கதிர் வீச்சாக வெளியேறியதை அவர்கள் பார்த்தனர். அவர்களால் பார்க்க முடியாத உருவம் கொண்ட உயிர்களுடன் அவர் பேசினார். ஆனால், அவருக்கோ அவை மெய்யானவை. மற்றவர்களால் பார்க்க முடியவில்லை என்றாலும் அந்த அறைக்குள் அவற்றின் இருப்பை அவர்கள் உணர்ந்தனர். அவற்றின் இருப்பால்

அந்த அறை நிறைந்திருந்தது. மயக்கமடைந்து கீழே விழுந்து நினைவற்ற நிலைக்கு அவர் செல்வார். அவர்கள் பயந்து நிற்பார்கள். பின் அவரை நினைவிற்கு கொண்டு வருவார்கள்; வீட்டைவிட்டு ஓடமுயலும் அவரைத் தடுத்து நிறுத்துவார்கள். ஆனால், அவர்களது முயற்சிகளால் சிறு பலனும் ஏற்படவில்லை. மாறாக, அவர் எரிச்சலுற்றார். சில நேரங்களில் நிகழ்வதில் தலையிடுவதற்காக அவர்கள் மேல் கோபம் கொள்வார்.

இந்த 'பண்படுதல்' தினமும் தொடர்ந்தது. ஒவ்வொரு நாளும் மிகச்சரியாக மாலை 0730 மணிக்கு அது தொடங்கியதை அவர்கள் கணித்தனர். இரவு முழுவதும் அவரது தேகம் சித்திரவதைக்கு ஆளாகும். பிறகு அவரைவிட்டு அது விலகும். அதன் முடிவில் அவர் அவராக மீள்வார். அவரது தேகத்திற்கு எந்த தீங்கும் ஏற்பட்டிருக்காது. அந்த அனுபவத்தின் சுவடு எதுவும் தெரியாமல் தேகம் முழுமையாக இருக்கும்.

அவருக்கு 'பண்படுதல்' செயல் தொடங்கிய முதல்நாளில் திடீரென்று உடல்தொய்ந்து, தெம்பற்றவராய், மனவலிமையற்று முன்தாழ்வாரத்தின் மூலையில் வீழ்ந்தார். அதைப் பார்த்த வாரிங்டன் அவரை வாரியெடுத்து தோட்டத்திலிருந்த, வளர்ந்த மிளகு மரமொன்றின் அடியில் அமர வைத்தார். இரவு எட்டு மணி இருக்கும். மற்றவர்கள் என்ன செய்வதென்று தெரியாமல் பார்த்து நின்றனர். அவர் எதிர்ப்பு எதுவும் காட்டவில்லை. மாறாக தன்னைத் தூக்கிச் செல்வதற்கு அனுமதித்தார். கால்களை மடக்கி பத்மாசனம் போட்டு அமர்ந்தார் அவர். அவர் தேகம் இறுதியில் அமைதியாயிற்று. ஆழ்ந்த மோன நிலைக்கு அவர் சென்றுவிட்டதை அவர்கள் உணர்ந்தனர். சாதாரண நிலைக்குத் திரும்பட்டும் என்று அவரை விட்டு அகன்றனர். இதைப் பற்றி நித்யாவும் ரோஸலினும் குறிப்புகளை எழுதியுள்ளனர். ரோஸலின் அவரைச் சுற்றி சொற்களால் எழுத முடியாத ஓர் ஒளிவீச்சைப் பார்த்ததாக எழுதியுள்ளார்.

அந்த அனுபவம் பற்றி பின்னாளில் கிருஷ்ணா எழுதியுள்ளார். ''தவ நிலையில் நான் பத்மாசனத்தில் அமர்ந்திருந்தேன். இவ்வாறு அமர்ந்த சிறிது நேரத்தில் நான் என் தேகத்தைவிட்டு வெளியேறுவதை உணர்ந்தேன். துளிர் இலைகள் நிறைந்த மரத்தின்கீழ் நான் அமர்ந்திருப்பதைக் கண்டேன். நான் கிழக்குப் பார்த்து அமர்ந்திருந்தேன். எனக்கு முன் என் தேகம். என் தலைக்குமேல் ஒளிவீசும் அந்த வின்மீனைக் கண்டேன். இறைவன் புத்தரின் அதிர்வலைகளை அப்போது என்னுள் நான் உணர்ந்தேன்.

இறைவன் மைத்ரேயனை, குரு கூட் ஹூமியைப் பார்த்தேன். மகிழ்ச்சியும் சாந்தமும் அமைதியும் அடைந்தேன். என்னால் என் தேகத்தை இப்போது பார்க்க முடிந்தது. அதன் அருகில் சென்று குனிந்து பார்த்தேன். என்னைச் சுற்றி காற்றிலும் எனக்குள்ளும் ஆழ்ந்த நிசப்தம். மிக ஆழமான, அதன் ஆழத்தைக் காணமுடியாத ஏரியினடியில் நிலவும் நிசப்தம்போல் உணர்ந்தேன். அந்த ஏரியைப் போன்றே, மனமும் உணர்ச்சிகளும் எனது தேகத்தின் மேல்புறத்தில் அலைபாய்வதாக உணர்ந்தேன்''.

''ஆனால், எனது ஆன்மாவின் அமைதியை எதனாலும் தொந்தரவு செய்ய முடியவில்லை. அங்கே மகத்தான சக்தியின் இருப்பு. உருவங்களற்ற அந்த உயிர்கள் என்னுடன் சிறிது நேரம் இருந்தன. பின்னர் அவை சென்றன. நான் கண்டவற்றை எண்ணி மட்டற்ற மகிழ்ச்சியுற்றேன். என்றும், எதுவும் இதைப்போன்று இருக்காது. வாழ்வெனும் ஊற்றின் மூலாதாரத்திலிருந்து நான் அருந்தினேன். எனது தாகம் தீர்ந்தது. இனி என்றைக்கும் நான் தாகத்துடன் இருக்க மாட்டேன். இனியும் கடும் இருளில் நான் இருக்க மாட்டேன். அனைத்து துக்கங்களையும், வேதனைகளையும் ஆற்றக்கூடிய பரிவை நான் தொட்டுணர்ந்தேன். அது எனக்காக மட்டுமன்று; இந்த உலகிற்காகவும். நான் மலையின் உச்சியில் நின்றிருந்தேன். அந்த வல்லமை மிக்க உயிர்களைப் பார்த்தேன். போற்றுதலுக்குரிய, துன்பங்களை நீக்கக்கூடிய ஒளியைப் பார்த்தேன். உண்மையின் ஊற்று எனக்குக் காண்பிக்கப்பட்டது. இருள் அகன்று போனது. அனைத்து மகிமைகளும் நிறைந்த அன்பு என் இதயத்தை மயக்கியது. என் இதயம் இனி என்றும் மூடிக்கொள்ளாது. களிப்பின் ஊற்றில், அழிவற்ற அழகின் ஊற்றில் நான் அருந்தினேன். நான் இறைவனால் ஆசிர்வதிக்கப்பட்டேன்.' கிருஷ்ணமூர்த்தியின் இந்த அனுபவ விவரிப்புகள், இவரைப்போல் தெய்வீகத்துடன் கலந்து, அடையாளம், தனித்தன்மை ஏதுமற்றவர்களாகிய ஏனைய மனிதர்களின் அனுபவங்களை நினைவூட்டின. அனைத்து மனத் தடைகளும் உடைந்தன: காலம் இடம் என்பவை இல்லை. அனைத்தும் ஒன்றே. அந்த ஒன்று ஒன்றுமில்லாதது.

மற்றொரு விவரிப்பில் தன் அனுபவத்தை இப்படிக் கூறுகிறார்: ''அங்கே ஒரு மனிதன் சாலையைச் சீரமைத்துக் கொண்டிருந்தான். அந்த மனிதன் நானே. அவன் கையிலிருந்த குத்துக்கோடரி நான்தான். அவன் உடைத்துக் கொண்டிருந்த பாறை என் உடலின் ஒருபகுதி. அந்த மென்மையான புல்லிதழில் நான்

உயிர்த்திருக்கிறேன். அவனுக்குப் பின்புறம் இருக்கும் மரம், அதுவும் நானே. ஏறத்தாழ அந்தச் சாலை சீரமைப்பவன் போன்றே நான் உணரவும், சிந்திக்கவும் செய்தேன். அந்த மரத்தில் ஊடோடிச் செல்லும் காற்றை நான் உணர்ந்தேன். சின்னஞ்சிறிய எறும்பு அந்த புல்லிதழின் மேல் ஊர்ந்து செல்வதை என்னால் உணர முடிந்தது. செடிகளின் மொட்டுகள், அந்தப் புழுதி, அந்தச் சப்தம் அனைத்தும் என்னின் பகுதியே. அந்த நேரத்தில் சிறிது தொலைவில் காரொன்று கடந்து சென்றது. அதை ஓட்டியவனை, அதன் எஞ்சினை, அது எந்த வகை என்பதை தூரத்தில் சென்று கொண்டிருந்தாலும் என்னால் பார்க்க முடிந்தது. என் சுயத்திடமிருந்து நான் தள்ளி சென்று கொண்டிருந்தேன். அனைத்திலும் நான் இருந்தேன் அல்லது அனைத்தும் என்னில் இருந்தன. உயிருள்ளவை, உயிரற்றவை, அந்த மலை, அந்தப் புழு, உயிர்த்திருக்கும் அனைத்தும்''.

அந்த 'பண்படுதல்' நிகழ்விற்கு பலவித விளக்கங்கள் அளிக்கப்பட்டன. அதையொட்டி அவர் அனுபவித்த சித்திர வதைகள், வேதனைகள் பற்றியும். சிறுவயதில் கிருஷ்ணாவிற்கு ஏற்பட்ட மலேரியா காய்ச்சலின் வெளிப்பாடு இது என்று சிலர் கூறினர். அவருக்கிருந்த ஒற்றைத் தலைவலியின் தாக்கமாகவும் இருக்கலாம்; சிறுவயதில் அவர் எடுத்துக்கொண்ட சத்துக் குறைபாடுள்ள உணவோ, உயிர்ச்சத்துக் குறைபாடோ காரணமாக இருக்கலாம் என்றனர் சிலர். அன்னையின் ஆதரவை, பரிவை சிறுவயதிலேயே இழந்ததால் ஏற்பட்டிருக்கலாம் என்ற ஃப்ராய்டிய அணுகுமுறையையும் சிலர் எடுத்துரைத்தனர்.

அச்சமயத்தில் ரோஸலின் கேட்க நேர்ந்த தெய்வீக இசை, நித்யா பார்த்த ஒளிவீச்சு, இவையெல்லாம் மாயை; அவர்களது எண்ணங்களின் வெளிப்பாடு என்று பின்னாட்களில் கிருஷ்ண மூர்த்தி இவற்றிற்கு விளக்கமளித்தார். இவற்றிற்கு எவ்விதப் பொருளும் இல்லை என்று அவற்றை அவர் பொருட்படுத்த வில்லை. ஆனால், உலகம் முழுவதிலும் சித்தர்கள், ஞானிகள், மதகுருக்கள் ஆகியோரின் வாழ்வில் இதைப்போன்ற நிகழ்வுகள் கூறப்படுகின்றன. அவற்றை ஆராய்ந்தால், மனம் மற்றும் எண்ணத்தின் தடைகளைக் கடந்து செல்லும் ஆற்றல் கொண்டவர்களின் வாழ்வில் இவ்வனுபவங்கள் ஒரேமாதிரியாக இருப்பது தெரியவரும்: அனைத்துக் கலாச்சாரங்களுக்கும் இவை பொதுவானவை. இந்துக்களின் ஆன்மீகத்தில் விவரிக்கப்படும் பண்புகளில் ஒன்றான, குண்டலினி சக்தியை எழுச்சி பெறச்செய்தல் என்பதே, கிருஷ்ண மூர்த்திக்கு ஏற்பட்ட 'பண்படுதல்' நிகழ்விலும் நடந்திருக்கும் என்றும் ஒருசாரார் கூறினர்.

இருப்பினும், இது நிகழ்ந்த 1922ல், சகோதரர்களுக்கும், மற்றவர்களுக்கும் எதுவும் புரியவில்லை. மனம் குழம்பிப் போய் நின்றனர். இது என்ன? ஏன்? இந்த தாளமுடியாத வலியும், அதற்குப் பின் உருவாகும் சொற்களால் விவரிக்க முடியாத அமைதியும் சாந்தமும் எதனால்? இந்த நிகழ்வில் குருமார்களின் பங்கு என்ன? அந்த நேரங்களில் கிருஷ்ணாவைச் சூழ்ந்து நின்ற, அவரோடு பேசிய, உரையாடிய, அறிவுறுத்தல் செய்த, ஏன் சில நேரங்களில் அவருடன் சிரித்துரையாடிய, புறக்கண்களுக்குப் புலப்படாத சூக்கும உருவங்கள் எவை? அவை தீமைதரும் சூனிய சக்திகளா அல்லது அவருக்கான நன்மைகளையும் ஆசிர்வாதங்களையும் தங்களுடன் கொணரும் நல்ல சக்திகளா?

சார்லஸ் வெப்ஸ்டரின் உதவி கேட்டு அவருக்கு எழுதினர். ஆனால், இந்நிகழ்வால் அவர் மிகவும் தொந்தரவுக்கு ஆட்பட்டிருந்தார். இந்த மாதிரியான விதத்தில் மீட்பர் வரவேண்டும் என்று அவர் திட்டமிடவில்லை. அந்த மாபெரும் நிகழ்விற்காக மிகக் கவனமாக அவர் செய்த தயாரிப்புகள் இப்போது ஒன்றுமில்லாது போய்விட்டன. அதுமட்டுமின்றி, பிரம்ம ஞான சபையின் மதிப்பு கேள்விக்குறியானது என்பதும் மோசமான விஷயம். ஏனெனில் அவருக்காக வரையப்பட்ட பாதையில் அல்லாமல் முற்றிலும் வேறான பாதையில் கிருஷ்ணா பயணித்தார்.

அதே நேரத்தில், இந்த 'பண்படுதல்' தொடர்ந்து நிகழ்ந்தது. நித்யாவின் கூற்றுப்படி, ஓஜாய் நகரில் அச்சகோதரர்கள் வாழ்ந்த இல்லம் ஒவ்வொரு நாளும் உணர்வெழுச்சி தந்த ஆற்றலால் நிரம்பியது. அந்நிகழ்வின்போது முதுகெலும்பில் கிருஷ்ணாவிற்கு பெரும் வலி உண்டானது. அதனுடன் தேகமே எரிவது போன்ற தாளமுடியா வெப்ப உணர்வும் சேர்ந்து கொண்டது. ஒலி, ஒளி, தொடுதல் அனைத்துமே அவருக்கு வேதனையைத் தந்தன. யாரோ அவரை வதைசெய்வது போல் கிருஷ்ணமூர்த்தி கதறுவார். அடிக்கடி நினைவிழந்தும் போவார். இந்நிகழ்வுகளின்போது, தங்களைச் சுற்றி இறை சக்திகளின் இருப்பை நித்யா தொடர்ந்து உணர்ந்தார். ஆற்றல்களைப் பரப்பிய சக்திதரும் இயந்திரங்கள் இயங்குவதைப் போன்று உணர்ந்தார். எரிவது போன்ற உணர்வு தேகத்தின் ஒவ்வொரு பகுதிக்கும் பயணித்தது. கிருஷ்ணாவின் ஒவ்வொரு உறுப்பும் புனிதமாக்கப்படுவதுபோல், அக்னிச்சுவாலையால் தூய்மைப்படுத்தும் மாபெரும் செயல் நிகழ்ந்தது. அதைப்போல் அவரது உணர்வுநிலையும் முற்றிலும் புனிதப்படுத்தப்பட்டது. ஆழ்மனதிலிருந்து கடந்த காலத்தின் சுவடுகள் ஒவ்வொன்றும்

வெளிவந்தன. நான்கு வயது சிறுவனின் குரலில், மொழியில் அவர் பேசுவதை மற்றவர்கள் கேட்டனர்; அவர் சிறுவனாக இருக்கையில் பேசிய, மறந்து நீண்ட நாட்களாகிப்போன தாய்மொழி தெலுங்கில் பேசினார்; அவரது தாயின் மகவீனும் காட்சியை, அவள் வேதனைப்படுவதை கிருஷ்ணா கண்ணுற்றதை இவர்கள் பார்த்தனர். அவரது தந்தையும் வெளிப்பட்டார். இறந்துபோன தனது மனைவியின் தேகத்திற்கு அருகிலமர்ந்து அவர் விசும்பிக் கொண்டிருந்தார்.

இந்த அனைத்து நிகழ்வுகளின் போதும் நித்யா அவருடனிருந்தார். ரோஸலின் அவரின் தேவைகளைப் பார்த்துக் கொண்டார். நிகழ்ந்து கொண்டிருந்த மாபெரும் மாற்றத்திற்கு சாட்சியாக ஆல்பர்ட் வாரிங்டன் இருந்தார். அச்சுறுத்தும் உச்சமான நிகழ்வொன்றும் நடந்தது. ஒருமுறை பாலைவன மணலில் மல்லாந்து படுத்திருப்பது போன்ற வேதனையை கிருஷ்ணா அனுபவித்தார். இமைகளற்ற அவரது கண்கள் வானத்தின் சுட்டெரிக்கும் சூரியனைப் பார்த்துக் கொண்டிருந்தன. எனினும், தன்னை நார் நாராகக் கிழிக்கும் வேதனகளிலிருந்து விடுதலையை அவர் என்றைக்கும் கோரியதில்லை. இதைவிட அதிகமான வேதனையை எதிர்கொள்ள முற்றிலும் தயாராகவே இருந்தார். தங்களால் பார்க்க முடியாத எவரிடமோ இதனை அவர் தெரிவிப்பதை சுற்றியிருந்தவர்கள் கேட்டனர்.

கிருஷ்ணமூர்த்தியின் வாழ்வின் இறுதி வரை இந்த 'பண்படுதல்' நிகழ்வு தொடர்ந்தது. ஆனால், இதே அளவிலான தீவிரம் அல்லது வலியுடன் அல்ல. இந்த மனிதரைச் சூழ்ந்திருந்த அந்த விஷயம் இறுதிவரை ஒரு புதிராகவே இருந்தது. எவராலும், ஏன் அவருடன் மிக நெருக்கமாக இருந்தவர்களாலும் இந்த இரகசியத்தை அவிழ்க்க முடியவில்லை. அவர் எழுதி வைத்துள்ள குறிப்புகளிலிருந்து ஒருவரால் அதனை உணர முடியும்; அறிய முடியும். அதற்குப் பலவித விளக்கங்கள் கொடுக்கப்பட்டுள்ளன. இருப்பினும் இவ்விஷயம் அறிந்துகொள்ள முடியாத, அறிந்து கொள்ளவே முடியாத உலகைச் சார்ந்ததாக இன்றுமிருக்கிறது.

தாங்க முடியாத வேதனையைத் தருவதாக இருந்தும் எந்த மருத்துவரும் அவரைப் பரிசோதித்தது இல்லை. வலிநிவாரணிகளும் அவர் எடுத்துக் கொண்டதில்லை. தான் கட்டாயம் ஏற்றுக்கொள்ள வேண்டிய ஒன்றாகவே இந்த 'பண்படுதல்' நிகழ்வை அவர் எடுத்துக் கொண்டார். அவருக்கு வேறு வழி யில்லை. தீய சக்திகள் இவர் மீது செல்வாக்கு செலுத்துகின்றன என்று அஞ்சியவர்களும் உண்டு.

ஜிட்டு கிருஷ்ணமூர்த்தி

ஆனால், எதைப்பற்றியும் அவர் கருத்தேதும் கூறியதில்லை. இந்த நிகழ்வின்போது அர்ப்பணிப் புள்ள சகாக்கள் அவரை என்றும் தனியே விட்டதில்லை; எப்போதும் அருகிலேயே இருப்பார்கள். அவர் பத்திரமாக பாதுகாக்கப்பட வேண்டும் என்று குருமார்கள் அவர்களுக்குக் கட்டளையிட்டிருந்தனர். ஒருவேளை கிருஷ்ண மூர்த்தி தனியே விடப்பட்டால், தன்னை அவர் காயப்படுத்திக் கொள்ளக் கூடும். அவர் கொலை செய்யப்படவும் வாய்ப்பிருக்கிறது என்று குருமார்கள் எச்சரித்திருந்தனர்.

இந்த 'பண்படுதல்' நிகழ்வைப் பற்றி பலரும் பலவிதமான கருத்துகளைக் கூறியது வியப்பிற்குரிய ஒன்றல்ல. எப்போதும் அவை மிகுந்த பெருந்தன்மையுடனும் பேசப்பட்டதுமில்லை. சர்ச்சைக்குரிய குணங்களைக் கொண்ட மனிதர் கிருஷ்ணமூர்த்தி; அவர் அப்படி இல்லையென்றால்தான் வியப்பு. இந்த ஒட்டுமொத்த நிகழ்வையும் சந்தேகக்கண் கொண்டு பார்க்காதவர் ஒரு சிலரே. மற்றவர்களின் கவனத்தை ஈர்ப்பதற்காக நடப்பது அல்லது மனஅழுத்தம் தந்த நரம்புத் தளர்ச்சியின் விளைவு என்று புறந்தள்ளியவர்கள் ஒரு சிலரே. ஆனால், அறிகுறிகள் தொடர்ந்து ஒரே மாதிரியாக இருந்தன என்பதை நினைவில் கொள்வது நல்லது. அதுமட்டுமின்றி 1921 முதல் 1925 வரையிலான இந்த காலகட்டம் கிருஷ்ணமூர்த்தியின் வாழ்வில் திருப்பு முனையாக அமைந்த காலம். இக்காலத்திலும், குறிப்பிட்ட இந்த நிகழ்விற்குப் பின்னரும் ஒரு மாபெரும் மாற்றம், உண்மையில் ஒரு புரட்சி நடந்தது என்றே கூறலாம். எதுவும் முன்னைப்போல் இல்லை. பிரம்ம ஞானிகளின் சொற்பிரயோகங்கள் புதியவற்றால் மாற்றப்பட்டன. அனைத்தும் இவர் பயன்படுத்தியவை. உண்மையில் ஒரு புதிய கிருஷ்ண மூர்த்தியாக, பிரம்ம ஞான சபையின், குருமார்களின் பிடியிலிருந்து விடுபட்ட தனித்துவம் மிக்க மனிதராக அவர் வெளிப்பட்டார். வழிகாட்டிகள் மற்றும் ஆசான்களிடமிருந்து விடுபட்டவராக கிருஷ்ணமூர்த்தி வெளிப்பட்டார். இப்போது அவர் பழைய சுமைகளிலிருந்தும், மூட்டை முடிச்சுகளிலிருந்தும் விடுபட்ட மனிதர்.

கிருஷ்ணாவைச் சுற்றியிருந்தவர்களை இந்த நிகழ்வு தொடர்ந்து குழப்பிக் கொண்டேயிருந்தது. அவரால் எதுவும் செய்ய இயல வில்லை. அவரது நீண்ட, தனித்த நடையுலாக்கள் தொடர்ந்தன. போகும் இடங்களில் பார்க்கும் பொருள்களில் எல்லாம், பிரிக்க முடியாத வகையில் தான் கலந்திருப்பதை அவர் உணர்ந்தார். இந்த வேதனையும் உளைச்சலும், நித்யாவிற்கும் ரோஸலினுக்கும் பெரும்

சித்திரவதையாக இருந்தன. ஏனெனில் அவரை விட்டு பிரிய முடியா சகாக்கள் அவர்கள். இந்த நிகழ்வின்போது அவர் தன்னை காயப்படுத்திக் கொள்ளக் கூடும் என்று அவர்கள் அஞ்சினர். அவர் நன்றாக உறங்கினார். ஏறத்தாழ அனைத்து காலை வேளைகளிலும் அவர்களுடன் அமர்ந்து வேடிக்கையாகப் பேசுவார். சப்தமாக சிரித்து மகிழ்வார். அவர் இயல்பாகவே இருந்தார். அவரிடம் எந்த வேறுபாட்டையும் அவர்களால் காண முடியவில்லை. ஆனால், 'பண்படுதல்' நிகழ்வின்போது, எந்தவொரு சிறு சப்தமும் அவரை தொந்தரவு செய்யும். பெரும்பாலும் அவர் மயங்கி வீழ்ந்துவிடுவார். அந்நிலையிலிருந்து அவரை மீட்பதற்கு அவர்கள் அனைத்தையும் முயல்வார்கள். ஆனால், நீரைத் தெளித்தால் மட்டும் வேண்டாமென்று அவர் இறைஞ்சுவார். ஏனெனில், மேலும் அதிகமான வேதனையை அது அவருக்குத் தந்தது. பார்த்துக் கொண்டு காத்திருப்பதைத் தவிர்த்து அவர்களால் வேறென்ன செய்ய முடியும்?

இந்த நிகழ்வின் இடையில், கிருஷ்ணாவும் அவரது சகாக்களும் சிகாகோவிற்கு பயணம் செய்ய வேண்டியிருந்தது. அனைத்து பிரம்ம ஞானிகளின் மாநாடு ஒன்று அங்கு நடைபெற்றது. இங்கும் கிருஷ்ணா உரையாற்ற வேண்டியிருந்தது. மக்கள் திரளை சந்திக்க வேண்டியிருந்தது. குறிப்பிட்டுச் சொல்லுமளவிற்கு மிக இலகுவாக இக்காரியத்தை அவர் செய்து முடித்தார். புதிய நம்பிக்கையுடன் சிரமமேதுமின்றி அவர் உரையாற்றினார். அந்த 'பண்படுதல்' நிகழ்வுடன் வாழ்வதை அவர் கற்றுக்கொண்டு விட்டார். அவர்கள் ஓஜாய் திரும்பியதும், அந்த வலியும் வேதனையும் திரும்பின. ஆனால், கிருஷ்ணா மிகச் சாதாரணமாக அதனைக் கையாண்டார். அவரை எதுவும் தொடவில்லை, தாக்கத்திற்கு உள்ளாக்கவிலை என்பதுபோல், தனது காரியங்களில் அவர் கவனம் செலுத்தினார். இதைக் குறிப்பட்டு எமிலி லுட்யென்ஸுக்கு அவர் கடிதங்கள் எழுதினார். கடிதத்தின் இறுதியில் இவ்வாறு குறிப்பிடுகிறார்: இவையெல்லாம் முடிந்த பிறகு புலனுக்கு அப்பாற்பட்டவற்றை காணும் திறனுடையவனாக நான் மாறக்கூடும். அல்லது சிறிது சிறிதாக மனநலம் இழந்து கொண்டிருப்பவன் என்றும் என்னை கூறக்கூடும்.

இதற்கிடையில் நித்யாவின் உடல்நலம் சீர் கெட்டுக் கொண்டிருந்தது. அவரது நுரையீரல்களில் ஓட்டைகள் ஏற்பட்டன. குறுகியகால புதுவகை சிகிச்சை ஒன்று உடனடியாக அளிக்கப் பட்டது. உடல்நிலையில் முன்னேற்றம் தெரிந்தது. அது சற்று

ஆறுதலைத் தந்தது. டிசம்பர் மாதம், அனைவருக்கும் மகிழ்ச்சி அளிக்கும் வகையில் அவர் முற்றிலும் குணமாகிவிட்டார் என்று மருத்துவர்கள் அறிவித்தனர். கிருஷ்ணமூர்த்தி தன் வேலைகளுக்குத் திரும்பினார். பிரம்ம ஞான சபையின் இதழான ஹெரால்டை வெளிக் கொணர்வதில் தீவிரமாக ஈடுபட்டார். பெரும் உற்சாகத்துடன் அவ்வேலையில் அவர் இறங்கினார். எண்ணற்ற கடிதங்களுக்கு பதில்கள் எழுதினார். உரையாற்றும் முகத்தான் பல ஊர்களுக்கும் பயணம் மேற்கொண்டார். கல்வி நிறுவனம் ஒன்றை நிறுவிடத் தேவையான நிதியையும் அவரால் திரட்ட முடிந்தது. சரியான, முறையான கல்வி என்பது அவரது இதயத்திற்குள் எப்போதும் இருந்தது. இத்தனைக்கும் இடையில் இந்த 'பண்படுதல்' நிகழ்வும் நடந்து கொண்டிருந்தது. அதனைத் தன் தேக இயக்கத்தின் ஒருபகுதியாக ஏற்றுக்கொண்டு அதனுடன் வாழ்வதற்கு அவர் கற்றுக் கொண்டுவிட்டார் போலும்!

எமிலி லுட்யென்ஸுக்கு இவ்வாறு அவர் எழுதுகிறார்: ''நான் பெரிதும் 'மாற்றம்' பெற்றுவிட்டேன். மானுட சந்தோஷம் என்பதைத் தாண்டியும் நான் மகிழ்ச்சியாக இருக்கிறேன். உயர்நிலை பெற்றவனாக உணர்கிறேன். பெரு மகிழ்ச்சியில் வாழ்கிறேன். பெருமிதத்தால் ஏற்படும் மகிழ்ச்சியல்ல அது. நான் முன்னைப் போல் இல்லை. நான் இப்போது அதிகம் ஆற்றலைப் பெற்றுள்ளேன். மலையொன்றின் மீதமர்ந்து வழிபாடு செய்வதாக வும் இறைவன் மைத்ரேயன் என்னருகிலேயே இருப்பதாகவும் உணர்கிறேன். புலன்களுக்கினிய, நறுமணம் கமழும் காற்றில் உலவுவதுபோல் என்னை நான் உணர்கிறேன். என் வாழ்வின் தொடுவானம் தெளிவாகத் தெரிகிறது. வானத்தின் விளிம்பும் அழகாகவும் துல்லியமாகவும் தோன்றுகிறது.''

அவர் பெற்ற மாபெரும் மகிழ்ச்சியைத் தன் நண்பர்கள் அனைவருடன் பகிர்ந்து கொள்ளவும், அவர்களின் வாழ்வில் மாற்றத்தை ஏற்படுத்தவும் அவர் விரும்பினார். ஒரு சில அடிகள் தங்களை உயர்த்திக் கொள்வதற்கு இந்த உலகத்து மாந்தருக் கெல்லாம் உதவிட அவர் விரும்பினார். கீர்த்தி பெற்ற புனிதமான அந்தப் பாதையில் தொடர்ந்து செல்வதைத் தவிர்த்து, உலகத்தில் நாம் செய்வதற்கு ஒன்றுமில்லை என்றார் அவர். குருமார்கள்மீது அவர் கொண்டிருந்த நம்பிக்கையும் விசுவாசமும் முழுமையானது. என்றும் மாறாதது. அனைத்து வகையிலும் அவர்களைப்போல் உருவாக வேண்டும்; அவர்கள் வழியைப் பின்பற்ற வேண்டும்; இந்த உலகத்திற்கு சேவை செய்வதன்மூலம் அவர்களுக்குச் சேவை

செய்ய வேண்டும்; இதைத் தவிர்த்து வேறு நோக்கம் இவ்வுலகில் தனக்கில்லை என்றார் அவர். அவரது இயல்பான உள்ளுணர்வு ஆற்றலும், சிந்தனையும் நிரம்பியதாக எப்போதும் உயிர்ப்புடன் இருந்தது. அவர் தன்முனைப்பு அவரை விட்டு அகன்றது. அவர் புலன்களுக்கப்பால் உள்ளவற்றையும் அறியும் திறன் பெற்றார்.

12

இந்தக் காலகட்டத்தில் எழுதப்பட்ட நித்யாவின் கடிதங்கள் அவருக்குள் ஏற்பட்டிருந்த மாற்றங்களைக் கூறுகின்றன. அவரது சகோதரனுக்கு ஏற்பட்டதைப் போன்ற அனுபவங்கள் அவருக்கும் ஏற்பட்டிருந்தன. வாழ்க்கையில் ஏற்பட்ட மாற்றங்களை அவர் உணர்ந்தார். இறைவனின் சேவையில்தான் இனிமேல் தன் வாழ்க்கையைப் போக்க வேண்டும் என்றறிந்தார்.

ஆனால், சார்லஸ் வெப்ஸ்டர் திகைத்துப் போனார். தனது ஆன்மீக வாழ்வில் இதைப்போன்ற எதையும் அவர் கண்டதில்லை. தன்னுடையதுடன், கிருஷ்ணாவின் முன்னேற்றத்தை ஒப்பிட்டுப் பார்த்தார். தேக வேதனையைத் தவிர்த்து தன்னிடம் மாற்றம் ஏதும் ஏற்படவில்லை என்பதறிந்து மருட்சியுற்றார்.

சிறிது காலத்திற்கு நன்றாக இருந்த நித்யாவின் உடல்நிலை மீண்டும் கவலை அளிப்பதாக மாறிப்போனது. அவர் தொடர்ச்சியான சிகிச்சையில் இருந்தார். ஹாலிவுட்டிலிருந்த தங்களது மருத்துவர்களை சந்திப்பதற்காக சகோதரர்கள் அடிக்கடி அங்கு சென்றனர். அவர் நலம் பெற்றுவிடுவார் என்று மருத்துவர்கள் கூறினர். கிருஷ்ணாவும் அவ்வாறே கருதினார். ஏனெனில் அனைத்தும் நலமாகவே அமையும்; நித்யா நிச்சயம் உயிர் வாழ்வார் என்று குருமார்கள் கூறியிருந்தனர். இந்த உலகத்திற்காக, மானுட நன்மைக்காக நித்யாவும், கிருஷ்ணமூர்த்தியும் ஒன்றிணைந்து வேலை செய்வார்கள் என்று அவர்கள் ஆணையிட்டிருந்தனர்.

தனக்கிடப்பட்ட வேலையில் கிருஷ்ணமூர்த்தி தன்னை முழுமனதுடன் ஈடுபடுத்திக் கொண்டார். அந்த 1923ஆம் ஆண்டில், ஹெரால்ட் இதழின் பணியில் மிகத் தீவிரமாக அவர் இயங்கினார். அவ்விதழில் அவர் தொடர்ந்து எழுதினார். 'கீழை நட்சத்திர' அமைப்பின் வேலைகளிலும் மூழ்கினார். பிரம்ம ஞானிகளை குழுக்களாக அவர் பிரித்தார். அவை சுய-தயாரிப்பு குழுக்கள் என்று அழைக்கப்பட்டன. சபையின் உறுப்பினர்களே அக்குழுக்களில் இருந்தனர். ஞான ஊர்தி உலகத்திற்கு வரும் வேளையில் அவரை

வரவேற்க தங்களை அவர்கள் தயார்படுத்திக் கொள்வர். சிறப்புத் தகுதியின் அடிப்படையில் தேர்ந்தெடுக்கப்பட்ட அவர்கள், ஞான ஊர்திக்கு சேவை செய்வார்கள். மீட்பரின் வருகை இப்போது தொலைவில் இல்லை. இளைஞன் கிருஷ்ணாதான் அந்த ஞான ஊர்தி என்பது அனைவருக்கும் தெரிந்த செய்திதான். எனினும் அதிகாரபூர்வமாக முறையாக அறிவிக்கப் படவில்லை. மிக முக்கியமாக, கிருஷ்ணமூர்த்தி இது குறித்து அதிகாரபூர்வமாக இன்னும் பேசவில்லை. ஆனால், அந்நாளும் வெகுதொலைவில் இல்லை.

'பண்படுதல்' நிகழ்வும் அதனையொட்டிய வேதனையும் தொடர்ந்தாலும் சகோதரர்கள் தங்கள் பயணங்களைத் தள்ளிப்போட வில்லை. இப்போதெல்லாம் அதிக எண்ணிக்கையிலான மக்கள் திரளும் கூட்டங்களில் பேசுவதற்கு கிருஷ்ணா அழைக்கப்பட்டார். சகோதரர்கள் ஐக்கிய நாடுகள் முழுவதும் சுற்றி வந்தனர். அவரது உரையைக் கேட்பதற்கு பெருமளவில் மக்கள் கூடினர். இந்த இளைஞன் அவர்களுக்கு புதிய விஷயங்களைக் கூறினார். அவரது பேச்சு அவர்களுக்குள் அதிர்வை ஏற்படுத்தியது. அவர்களைச் சிந்திக்க வைத்தது.

அந்தப் பெரும் மக்கள் திரளின்முன் அவர் பேசிய மொழி, இப்போதும், அவரை வளர்த்தெடுத்த பிரம்ம ஞான சபை யினுடையதுதான். தமது உரைகளில் குருமார்களைச் சுட்டிக் காட்டியே அவர் பேசினார். சுய - தூய்மையின் அவசியத்தை எடுத்துரைத்தார். மேம்பட்ட, போற்றத்தக்க மனிதர்களாக உருவாக வேண்டிய தேவையைப் பேசினார். அது மட்டுமே புதிய உலகத்தைக் கட்டமைக்கும் என்று வலியுறுத்தினார். ஆனால், அவரது செய்திகள் இப்போது முற்றிலும் புதிய வடிவில் சொல்லப்பட்டன. கேட்டவர்கள் அவரது சொற்களில் உள்ளார்ந்த புதிய விஷயங்களை உணர்ந்தனர். செயல்திறன் மிக்க, ஆற்றல் தரும் பண்புகளை அவை சுமந்து வந்தன. அவரது முந்தைய உரைகளில் இவை காணப்படவில்லை. அவரது வசீகரமிக்க ஆளுமை அனைவரையும் கட்டிப்போட்டது. அவர் தன் பயணத்தில், நோக்கத்தில் மாபெரும் வெற்றி பெற்றுவிட்டார்.

ஐக்கிய நாடுகளில் சுற்றுப்பயணத்தை முடித்துக் கொண்ட சகோதரர்கள், தங்களது சகாக்களுடன் ஐரோப்பாவிற்குச் சென்றனர். வியன்னாவில் பிரம்ம ஞான சபையின் மாநாடு நடைபெறவிருந்தது. அதையடுத்து கீழை நட்சத்திரத்தின் மாநாடு ஒன்றும் இருந்தது. இரண்டு நிகழ்வுகளிலும் கிருஷ்ணா உரை நிகழ்த்தவிருந்தார்.

இரண்டிலும் அவர்தான் நட்சத்திரப் பேச்சாளர். அன்னி பெசண்டால் கலந்து கொள்ள இயலவில்லை. அவர் இருந்திருந்தால் நிச்சயம் மகிழ்ச்சியும் பெருமிதமும் அடைந்திருப்பார். ஏனெனில், கிருஷ்ணா வின் மாநாட்டுரைகள் இதுவரை கேட்கப்பெறாத, நம்பிக்கையும் உறுதியும் நிறைந்த தொனியில் அமைந்திருந்தன. பழமைவாதிகளின் மத்தியில் பெரும் அதிர்வலைகளை இவ்வுரைகள் ஏற்படுத்தின. மிகக் கவனமாக வரையப்பட்டிருந்த அவர்களது கொள்கைகளுக்கு மாறாக இவை இருந்தன. அனைத்து அதிகாரங்களையும் அவர் மறுத்துரைப்பதை அவரது சொற்களின் மூலம் உணர்ந்தனர். உண்மையைக் கண்டறிய விரும்பும் மனிதர்கள் அதனைத் தனித்தேதான் தேட வேண்டும் என்றார் கிருஷ்ணமூர்த்தி. எனில், ஆசிரியரோ அல்லது ஓர் அதிகார மையமோ தேவையில்லை என அவர் சுட்டுகிறாரா? நாம் ஒவ்வொருவரும் நாமேதான் இறைவனைக் கண்டுகொள்ள வேண்டும் என்று உண்மையில் அவர் சொல்கிறாரா? இவை எங்கு இட்டுச் செல்லும்? கிருஷ்ணா, குருமார்களை மறுக்கிறாரா?

நெருங்கிய நண்பர்களுடன் குறுகிய கால விடுமுறையில் அவர் எர்வால்ட் என்ற கிராமத்திற்கு சென்றிருந்தார். மனதிற்கு இதமான நாட்கள். அறையில் தனியாக இருக்கையில் அவருடைய தியானமும் தொடர்ந்தது. தனித்த, நீண்ட நடையுலாக்களையும் அவர் மேற் கொண்டார். அந்த 'பண்படுதல்' நிகழ்வு இங்கேயும் அவரைத் தொடர்ந்தது. அவருடைய அலறல்களை, முனகல்களை, வேதனையை அவர்கள் கேட்டனர். ஆனால், அறைக்கு வெளியில் தான் அவர்கள் காத்திருக்க வேண்டியதாயிற்று. எந்தச் சக்தியுடன் போராடிக்கொண்டிருந்தாலும் அதனை அவர் தனியேதான் சந்திக்க வேண்டும். அந்தப் பாதையில் அவருடன் எவரும் சேர்ந்து கொள்ள முடியாது.

இதற்கிடையில், இறைவன் மைத்ரேயன் கிருஷ்ணாவின் குரலில் பேசப்போகும் நாளிற்காக பிரம்ம ஞானிகள் காத்திருந்தனர். அந்த நாள் தொலைவில் இல்லை என்பதை அவர்கள் அறிந்திருந்தனர்.

கிருஷ்ணமூர்த்தி மனிதர்களைச் சந்திப்பதும் தொடர்ந்தது. கடிதங்கள் ஏராளம் எழுதினார். கேட்கத் திரண்ட அதிக எண்ணிக்கையிலான மனிதர்கள் மத்தியில் அவர் உரை நிகழ்த்தினார். ஆர்வம், நம்பிக்கை, விசுவாசம், எதிர்பார்ப்புகளுடன் அவர்கள் வந்தனர். அவரை இரண்டாம் இயேசு என்றழைத்தனர். அதனை அவர் மறுக்கவில்லை.

உண்மையில், அவருடைய சபை விசுவாசிகளில் பலருக்கு ஐயங்கள் இருந்தன. ஐயம், விமர்சனம், கோபம். தங்களுடைய வரைமுறைகளின் அடிப்படையில் மீட்பர் ஒருவரை அவர்கள் எதிர்நோக்கினர். தொன்மையான நம்பிக்கைகளை அவர் மறுவுறுதி செய்வார். பழைய கட்டமைப்பு வலிமையாக்கப்பட்டு உறுதியாக்கப்படும். பழைய பாதுகாவலர்கள் தாங்கள் வகித்து வந்த பதவிகளில் தொடர்வார்கள். சுருங்கச் சொன்னால், பாரம்பரிய மானவை குலைக்கப்பட மாட்டா. முன்னைப்போலவே தொடரும் என்று நம்பினர். ஆனால், இந்த இளைஞனோ முற்றிலும் வேறுபட்ட மொழியில் புதிய விஷயங்களைப் பேசினார். அவர்களை அவர் திகைப்பில் ஆழ்த்தினார். அவரை அவர்களால் புரிந்து கொள்ளவே முடியவில்லை.

ஐரோப்பிய சுற்றுப்பயணத்திற்குப்பின் கிருஷ்ணாவும் நித்யாவும் ஒஜாய்க்கு திரும்பினர். அறக்கட்டளை அவர்களுக்கு பண்ணை வீடொன்றை வாங்கியிருந்தது. அதற்கு ஆர்ய விஹார் என்று பெயரிட்டனர். 'பண்படுதல்' நிகழ்வு தொடர்ந்து கொண்டிருந்தது. அற்புதம் ஒன்றுடன் இணைந்த உச்சக்கட்டமான நாளொன்றும் வந்தது. கிருஷ்ணாவும் அவரது சகாக்களும் தங்கள் கண்களால் புத்தரைக் கண்டனர். நடைபெற்று வரும் நிகழ்வுகள் குறித்து தனது மகிழ்ச்சியை அவர்களிடம் பகிர்ந்துகொண்ட அவர், பெற்றிருக்கும் முன்னேற்றத்திற்கு அவர்களைப் பாராட்டவும் செய்தார். ஒளிவீசிய அந்தக் காட்சி கிருஷ்ணாவின் அனைத்து ஐயங்களையும் போக்கியிருக்க வேண்டும். ஆனால், இல்லை.

அடுத்த ஆண்டு கிருஷ்ணாவும் அவரது சகோதரரும், ஐரோப்பாவிற்கு, ஹாலந்தின் ஓமன் நகருக்குச் சென்றனர். 'கீழை நட்சத்திர' அமைப்பின் முகாம் அங்கு ஏற்பாடு செய்யப்பட்டிருந்தது. பிரம்ம ஞான சபையால் ஏற்பாடு செய்யப்படும் இம்முகாம்களில் உலக ஞானாசிரியரின் வருகையில் நம்பிக்கை கொண்டிருக்கும் ஏராளமான மனிதர்கள் கலந்து கொள்வர். இவ்வுலகத்திற்கான மீட்சியும், தனிப்பட்ட தங்களது மீட்பும் அவருக்குள் பொதிந்திருப்பதாக அவர்கள் உறுதியாக நம்பினர்.

அவை தொடக்க நாட்கள். குறைவான மனிதர்களே, 250 பேர்தான், கூடியிருந்தனர். ஆனால், அவர்கள் ஆவலுடன் ஞானாசிரியனின் பேச்சைக் கேட்க காத்திருந்தனர். உரை நிகழ்த்தப்படவிருந்த இடம் இரம்மியமாக இருந்தது. பலருக்கும் அது வனத்திற்குள் ஓர் உல்லாசப் பயணம். முகாமில் கொழுந்து விட்டெரிந்த சுடரொளி, அவ்விடம் முழுமைக்கும் புதுமையான

கற்பனைத் தன்மையை அளித்தது. தங்கியிருந்த மரவீட்டிலிருந்து வெளிவந்த கிருஷ்ணமூர்த்தி அந்தத் திரளின் மத்தியில் உரை நிகழ்த்தினார். சுவாசிக்க மறந்தவர்களாய் அம்மனிதர்கள் அவரைக் கேட்டனர்.

ஆனால், அந்நிலையிலும் அவரது பேச்சில் ஏதொவொன்று அவர்களைத் திடுக்குறச் செய்தது. குருமார்கள் குறித்து அவர் மிகக் குறைவாகவே பேசினார். மெய்ஞ்ஞான பார்வை, சூக்கும தேகங்கள் குறித்து அறவே பேசவில்லை. அடுத்த பிறவியில் அவர்கள் எந்நிலையில் இருப்பார்கள்; கடந்த பிறவியில் அவர்கள் எவ்வாறு இருந்தார்கள் என்பன குறித்து அவர் பேசவில்லை. அவரது மொழியும் சொற்களும் மாறியிருந்தன. அவர்கள் இதுவரை கேட்டுப் பழகிய மொழி இதுவல்ல. ஒளிவு மறைவற்ற எளிமையான இந்த உரையை அவர்கள் இதுவரை கேட்டதில்லை. அவர்களது உள்ளகத்தின் உயிரை அப்பேச்சுத் தொட்டது. அவர்களைச் சிந்திக்க வைத்தது. அவர்களுக்குள் மறைந்திருந்த சந்தேகங்களை அவ நம்பிக்கைகளை அவர் பேச்சு வெளிக் கொணர்ந்தது. இவைதாம் முக்கியமானவை என்று அவர்களை உணர வைத்தது. பழமை வாதிகளை, சபையின் மூத்தவர்களை சங்கடத்தில் ஆழ்த்திய உரை அது. அவர்கள் வளர்த்து உருவாக்கிய இளைஞன் கிருஷ்ணமூர்த்தி, அவர்களது இருப்பையும் அவர்களது முதன்மைப் பாத்திரங் களையும் மறுப்பதாக அவரது செயல் இருந்தது.

அடுத்த ஆண்டு நடந்த கீழை நட்சத்திர அமைப்பின் முகாமில் கிருஷ்ணா மீண்டும் உரையாற்றினார். அவர் பயன்படுத்திய சொற்கள் பழமைவாதிகளை மீண்டும் திடுக்குறச் செய்தன. திரண்டிருந்தவர் களின் புருவங்கள் உயர்ந்தன. அன்னி பெசண்ட் அந்த முகாமில் இருந்தார். தன்னைச் சூழ்ந்த பிரச்சனைகளைத் தீர்ப்பதற்கு அவருடைய உதவி கிடைக்கும் என்று கிருஷ்ணா எண்ணினார். ஆனால் அது நடைபெறவில்லை. தனது வேலைகளில் அவர் கவனம் செலுத்த வேண்டியிருந்தது. அந்த நேரத்தில் வந்த அழைப்புகளால், கிருஷ்ணாவிடம் பேசுவதற்கு நேரமும் அவருக்குக் கிடைக்கவில்லை. இத்தாலி-பெர்ஜினில் விடுமுறைக்காக அவர்கள் தங்கியிருந்தபோது கிருஷ்ணா இதுபற்றி சிந்தித்தார். தியானத்தின் போதும் அவருக்கு இதே எண்ணங்கள் தான். உடன் சென்றிருந்த நண்பர்களுடன் இதுகுறித்துப் பேசினார். ஆனால் தீர்வேதும் கிடைக்கவில்லை.

குழுவினர் அனைவரும் ஐரோப்பாவிலிருந்து கப்பல் மூலம் இந்தியாவிற்கு மீண்டும் பயணித்தனர். அடையாறில் அந்தப் பழைய

பிரச்சனை தீர்க்கப்படாமலே இருந்தது. மோசமான விஷயம் என்னவென்றால், நித்யாவிற்கு மீண்டும் உடல்நலக் குறைவு ஏற்பட்டது. நோயிலிருந்து மீள்வதற்கு அவர்கள் மலைவாசத் தலமான ஊட்டிக்கு சென்று ஓய்வெடுத்தனர்.

முக்கியமான ஒரு நிகழ்வு அப்போது நடந்தது: அறக் கட்டளைக்காக இடமொன்றை அவர் வாங்கினார். ஆந்திரப் பிரதேசம் சித்தூர் மாவட்டம் இராயலசீமாவின் டேட்டு சமவெளி யில் அவ்விடம் இருந்தது. உலகமெங்கிலும் மட்டுமல்லாமல் இந்தியாவிலும் இயங்கும் பொதுவான பள்ளிக்கூடங்களிலிருந்து வேறுபட்ட கல்வி நிறுவனங்களை உருவாக்க நினைத்தார் அவர். அவ்வகையில் அங்கு தொடங்கப்பட்ட பள்ளி, வளர்ந்து, மலர்ந்து இன்றும் சிறப்பாக இயங்கி வருகிறது. அதே நேரத்தில் பனாரஸ் அருகில் கங்கை நதிக்கரையில் இராஜ்காட் என்ற இடத்திலும் 300 ஏக்கர் நிலம் வாங்கப்பட்டது. இங்கும் ஒரு பள்ளிக்கூடம் தொடங்கப்பட்டது. ரிஷிவேலி பள்ளியும் இராஜ்காட் பள்ளியும் புகழ்பெற்ற, நன்கு வளர்ச்சியடைந்த கல்வி மையங்களாக இன்று உயர்ந்திருக்கின்றன.

நித்யாவின் உடல்நிலையில் முன்னேற்றம் ஏற்படவில்லை. சகோதரர்கள் அமெரிக்காவிற்குத் திரும்பினர். ஆனால், குருமார்கள் நித்யாவைக் கவனித்துக் கொள்வார்கள் என்று அனைவரும் நம்பினர். கிருஷ்ணா மிகுந்த உறுதியுடன் இருந்தார். ஏனெனில் நித்யா இறந்துவிடமாட்டான் என்று குருமார்கள் நம்பிக்கை அளித்திருந்தனர். நித்யா அவர்களின் கவனிப்பில் இருந்தார். விரைவில் அரங்கேற இருக்கிற, இயேசுவின் இரண்டாவது வருகை என்ற மாபெரும் நாடகத்திற்கு அவர் தேவை. நம்பிக்கை கொள்ளும் அளவிற்கு டிசம்பரில் அவர் உடல்நிலை தேறியது. ஆகவே, சிறிது காலம் அவரைத் தனியே விட்டுவிட்டு அடையாறில் நடை பெறவிருந்த வெள்ளிவிழா மாநாட்டில் கலந்து கொள்ளலாம் என்று கிருஷ்ணா முடிவு செய்தார்.

அதன் அடிப்படையில் அன்னி பெசண்ட், எமிலி லுட்யன்ஸ், ஜார்ஜ் அருண்டேல், வெட்ஜ்வுட், மூத்த உறுப்பினர்கள் சிலருடன் நேப்பிள்ஸிலிருந்து பம்பாய் நோக்கி கப்பல் பயணம் மேற்கொண்டார். பயணம் அவருக்கு மகிழ்ச்சி தருவதாக இல்லை. அவரைச் சுற்றி, குறிப்பிடும்படியாக, ஓர் இசைவற்ற சூழலும், ஏன் எதிர்ப்புணர்வும் பரவியிருந்தது. மற்றவர்களைப் போன்று அதே அளவிலான கோபத்துடன் இல்லையென்றாலும் குழுவினரில் சிலரும் வருத்தத்துடனும் மன உளைச்சலுடனும் காணப்பட்டனர்.

கிருஷ்ணமூர்த்தியின் மீது அவர்களுக்கு முழு நம்பிக்கை இருந்தது. இருப்பினும் நிகழ்ந்த அனைத்தும் அவர்கள் நினைத்ததற்கு நேர்மாறாக இருந்தன. அவர்கள் எதிர்பார்த்தவாறு எதுவும் நடக்கவில்லை. கடந்த ஆண்டுகளிலிருந்த உறுதிப்பாடுகள் மறைந்துபோயின. நேசத்துடனும் கவனமுடனும் கட்டப்பட்ட உலக பிரம்ம ஞான சபை என்ற அமைப்பு எங்கே போனது? அந்தப் பயணத்தில் கிருஷ்ணா தன்னைத் தனியாளாக உணர்ந்தார்.

ஓஜாய் நகரில் இருக்கும் நித்யாவின் நினைவே அவருக்கு எப்போதும். சகோதரனைப் பற்றிய செய்தி தினமும் அவருக்குக் கிடைத்தது. செய்தி சுகமானதன்று. நித்யாவை சளிக்காய்ச்சல் தாக்கியிருந்தது. அது மேலும் மோசமடைந்து வந்தது. இந்த பயணத்தை அவர் மேற்கொள்ளாது இருந்திருக்கலாம். நித்யாவின் அருகிலிருந்து அவரை கவனித்துக் கொண்டு இருந்திருக்கலாம் என்று அவரிடம் சிலர் கூறினார். ஆனால், அவர்களுக்கு கிருஷ்ணா எளிமையாக, நம்பிக்கை தொனிக்கும் குரலில் பதிலளித்தார்: நித்யா இறக்க மாட்டான்; அவன் நலம்பெற்று எழுந்து விடுவான் என்று குருமார்கள் உறுதிபடக் கூறியிருக்கிறார்கள். ஒரு குழந்தையைப் போல் மனதைத் தொடும் சொற்களில் தொடர்ந்து அவர், ‘நித்யா இறக்கப்போகிறான் என்றால் ஓஜாய் நகரை விட்டு நீங்க எனக்கு அனுமதி கிடைத்திருக்காது’ என்றும் கூறினார். குருமார்கள் அவனைப் பத்திரமாக பாதுகாப்பார்கள். நித்யா, இறக்க மாட்டான்.

13

ஆனால், நித்யா இறந்துவிட்டார். குருமார்கள் மீதான தனது முழு நம்பிக்கையை கிருஷ்ணா வெளிப்படுத்திய அதே இரவில், நித்யா இறந்த செய்தியைச் சுமந்த தந்தி அவரை அடைந்தது.

செய்தி அவரை அதிர்ச்சி அடையச் செய்தது. அவர் சகோதரனை நினைத்து விம்மி அழுதார். துயரம் அவரை நொறுக்கிப் போட்டது. தன்னை விட்டு போய்விட்ட சகோதரனுக்காக கதறியழுதார். புதிய உலகத்தைப் படைப்பதற்காக இருவரும் ஒன்றிணைந்து கட்டிய நம்பிக்கைகளுடன் அவர் மறைந்து விட்டதை எண்ணி அழுதார். இரவு முழுவதும் அவர் அழுது கொண்டேயிருந்தார். எவராலும் அவருக்கு ஆறுதல் கூற இயலாது. வாழ்க்கை முழுவதும் அவரது சகாவாக, நண்பனாக, அவரது மற்றொரு சுயமாக நித்யா இருந்தார். இப்போது அவர்

நித்யா இல்லாமல் வாழ வேண்டும். முகத்தில் அறையும் யதார்த்தம். அதனை எவரும் மாற்றவியலாது.

இந்தக் கொடூரமான சோகத்திலிருந்து அவர் மீண்டு வரவேண்டும். அனைவரும் அவரைத் தனித்து விட்டுச் சென்றனர். தருணம் வரும்போது, இருண்ட பள்ளத்தாக்கிலிருந்து மீண்டு புதிய விடியலுக்காய் அவர் எழுச்சி பெற்று வருவார் என்று எவருக்குத் தெரியும்? ஆனால், பம்பாய் துறைமுகத்தைக் கப்பல் அடைந்தபோது, கிருஷ்ணா முகத்தில் மாற்றம் தெரிந்தது. நேற்றைய இரவின் சாம்பலிலிருந்து ஒரு புதிய கிருஷ்ணா பிறந்திருந்தார். அருகிருந்து பார்த்தவர்கள் அப்படித்தான் உணர்ந்தனர். அவர் முகத்தில் ஒளி வீசியது. சோகமனைத்தும் மறைந்துவிட்டிருந்தன. கண்களில் புதிய ஒளி தென்பட்டது. சோகத்தின் ஆழத்தை முழுவதுமாக அவர் அறிந்துகொண்டதைப் போன்று ஒரு புதிய புரிதல் தெரிந்தது. இனியும் அது அவரை அழிக்க முடியாது... அவர் முழுமை பெற்றவரானார். ஏனெனில், அதனை, சோகம் என்ன என்பதை முற்றிலுமாக அவர் புரிந்து கொண்டுவிட்டார்.

கொழும்பிற்கு அருகில் கப்பல் சென்று கொண்டிருந்தபோது, பயணத்தின் போதே தனது உணர்வுகளை அவர் சொற்களில் வடித்தார். தனக்குள் நிகழ்ந்தவற்றிற்கு விளக்கங்கள் தந்தார். ''சாதாரண மனிதர்களாக நானும் என் சகோதரனும் கண்ட அந்த அற்புதமான கனவுகள் நிறைவுற்றன. எவ்விதச் சிரமமுமின்றி நாங்களிருவரும் ஒருவரை ஒருவர் புரிந்து கொண்டோம். மகிழ்ச்சியான வாழ்வை வாழ்ந்தோம். என் வாழ்நாள் முழுவதும் உடல் ரீதியான அவன் இழப்பை நான் உணர்வேன்''.

''பழங்கனவு ஒன்று மரித்து, புதிதாக ஒன்று பிறந்தது. திடமான நிலத்தைப் பிளந்து கொண்டு வெளிவரும் முளைக்குருத்தைப் போன்று, ஒரு புதிய பார்வை நடைமுறைக்கு வந்தது. புதிய உணர்வுநிலை வெளிப்பட்டுக் கொண்டிருந்தது. புதிய புளகாங்கித உணர்வு, வாழ்க்கைக்கான ஒரு புதிய துடிப்பு உணர்வில் எழுந்தது. வேதனையிலிருந்து பிறந்த புதிய வலிமை, நரம்புகளில் துடிப்புடன் பரவியது. கடந்த காலத்து வேதனையிலிருந்து ஒரு புதிய பரிவு, புதிய புரிதல் பிறந்ததைப் போன்றிருந்தது. மற்றவர்களின் வேதனை குறைவதைப் பார்க்க பெரும் ஆசை எழுந்தது. அப்படித் துன்பப்படுபவர்கள், பெருந்தன்மையுடன் அதனை பொறுத்துக் கொள்வதை, அதிகம் காயம்படாமல் அதிலிருந்து தப்புவதைப் பார்க்க விருப்பம் எழுந்தது. நான் அழுதேன். ஆனால், மற்றவர்கள் அழுவதைப் பார்க்க நான் விரும்பவில்லை. அப்படி அழுவதின் பொருள் என்ன என்பதை இப்போது நான் அறிவேன்''.

''என் சகோதரனை நான் அறிந்துகொண்டேன். உடலளவில் வேண்டுமானால் நாங்கள் பிரிக்கப்பட்டிருக்கலாம். ஆனால் நாங்கள் இப்போது பிரிக்க முடியாதவர்கள். எனது சகோதரனும் நானும் ஒன்றே. நான் இப்போது அதிகம் பேரவாக் கொண்டவனாக இருக்கிறேன். அதிக நம்பிக்கை, அதிக பரிவு, அதிக அன்பும் கொண்டிருக்கிறேன். ஏனெனில் எனது இந்த தேகத்திற்குள் இப்போது நித்யானந்தாவும் உறைகிறான். இப்போதும் நான் விம்மி அழுவேன். அது மானுட இயல்பே. நான் இப்போது அதனைத் தெரிந்து கொண்டேன். முன்னெப்போதையும் விட அதிகம் உறுதியுடன் அதனைக் கூறுவேன். வாழ்வில்தான் உண்மையான அழகிருக்கிறது. பௌதிக நிகழ்வு எதனாலும் தகர்ந்து போகாத உண்மையான மகிழ்ச்சி இருக்கிறது; கடந்து போகக்கூடிய சம்பவங்களால் பலவீனப்படாத பெரும் வலிமை இருக்கிறது. நிரந்தரமான, அழிவற்ற, வெல்ல முடியாத மேன்மையான அன்பு இருக்கிறது''.

இளைஞன் கிருஷ்ணா வாழ்வில் பெரும் நெருக்கடியை சந்தித்து விட்டார். மரணத்தின் முகத்தை அவர் பார்த்துவிட்டார். வேதனையின், பிரிவின் முகத்தையும் சந்தித்து விட்டார். ஆன்மாவின் ஆழத்தில், தீவிர மாற்றத்தைப் பெற்றிருக்கும் புதிய கிருஷ்ணா இப்போது வெளிப்பட்டுள்ளார். அவருக்கு இப்போது எதுவும் முன்னைப்போல் இராது.

ஆனால், அவரைச் சுற்றி இருந்தவர்கள் இப்படி உணரவில்லை. அவர் வேதனைப்பட்டதை அதிலிருந்து மீண்டு வந்ததை அவர்கள் பார்த்தனர். ஆனால், அதைத் தவிர்த்து அதற்கு மேல் எதுவும் நிகழவில்லை. பழைய பிரச்சனைகள் தொடர்ந்தன. சரிபண்ண முடியாத ஒன்றைச் சீர்செய்யும் பணியை அன்னி பெசண்ட் மேற்கொண்டார். சச்சரவில் ஈடுபட்ட குழுக்களை ஒன்றுகூட்ட அவர் முயன்றார். ஆனால் இயலவில்லை. முயற்சியில் அவர் தோற்றார். நடுநிலைப் பாதையை ஏற்றுக்கொள்ள மறுத்த கிருஷ்ணா, தன் நிலையை மாற்றிக் கொள்ளத் தயாராக இல்லை. பிரச்சனைக்குத் தீர்வை வேறொருவர் தரமுடியும் என்ற நிலையை அவர் ஏற்றுக் கொள்ளவில்லை. அருண்டேலையும், வெட்ஜ்வுட்டையும் சீடர்களாக ஏற்றுக்கொள்ளும்படி அவரிடம் பெசண்ட் கூறினார். முன்மொழிந்த உடனேயே, உறுதியாகவும் தன் முடிவில் மாற்றம் இல்லாமலும் முடியாது என்று கிருஷ்ணா மறுத்தார். ஒருவேளை பெசண்ட் விரும்பினால் அவரைத் தவிர்த்து, எவரையும் அவ்வாறு ஏற்றுக்கொள்ள முடியாது என்றார்; அவருக்கு

ஜிட்டு கிருஷ்ணமூர்த்தி

பிரம்மஞான சபையின் பழமைவாதிகளுடன் ஏற்பட்ட இறுதி முறிவு அது. அந்தப் பிளவு வெளியில் அப்போது தெரியவில்லை. அது பின்னொரு சமயத்தில் வெளிப்பட்டது.

அடையாறில் நடந்த வெள்ளிவிழா மாநாட்டில் கிருஷ்ணமூர்த்தியின் உரையைக் கேட்க குழுமியவர்கள், அவரிடம் முற்றிலும் புதிய முதிர்ச்சியை, தன்னம்பிக்கையைக் கண்டனர். பழக்கத்தாலோ பயிற்சியாலோ பெறக்கூடிய ஒன்றல்ல அது. குருமார்களிடமிருந்தே அவர் உரையைத் தொடங்கினார். 'விரும்பு கிறவர்களிடம், தேவைப்படுபவர்களிடம், ஏங்குபவர்களிடம் அவர்கள் நிச்சயம் வருவார்கள்' என்று தொடங்கி, உரை நிகழ்த்திக் கொண்டிருக்கும்போதே, பேச்சில் முன்னிலை, தன்மையாக மாறியதை மக்கள் கவனித்தனர். ''பரிவை வேண்டுவோர்க்கு, மகிழ்ச்சியை வேண்டுவோர்க்கு, விடுதலைக்கு ஏங்குவோர்க்கு, அனைத்திலும் மகிழ்ச்சியைத் தேடுவோர்க்கு அவற்றை அளிக்க நான் வந்திருக்கிறேன்; மாற்றத்தை உருவாக்க வந்திருக்கிறேன். எதனையும் கிழித்துப்போட அல்ல; கட்டமைப்பு செய்வதற்கே! அழிப்பதற்கு நான் வரவில்லை.'' அந்தச் சொற்களும் அவை பேசப்பட்ட முறையும் அற்புதமாக இருந்தன. கூட்டத்தினர் விநோதமான தாக்கத்தை உணர்ந்தனர். ஆனால், அருண்டேல், வெட்ஜ்வுட் போன்றோர் எவ்வித அசைவுமின்றி அமைதியாக இருந்தனர்.

உரையைக் கேட்பவர்கள் யார், அவர்கள் அதனை எப்படி எடுத்துக் கொள்கிறார்கள் என்பது கிருஷ்ணாவிற்கு பொருட்டல்ல. ஏனெனில் புகழப்பட வேண்டும் என்பதற்கோ, விமர்சனம் செய்யப்பட வேண்டும் என்பதற்கோ அல்லது குற்றம் சாட்டப்படுவதற்கோ அவர் பேசுவதில்லை. முக்கியமானதொரு கருத்தை, மெய்நிகழ்வுகளைப் பேசுகிறார். பேசப்பட வேண்டிய ஓர் உண்மையிலிருந்தே சொற்கள் பிறக்கின்றன. ஏனென்றால் அதைத் தவிர்த்து வேறு வழியில்லை. நிகழ்வுகளின் முடிவில் அவர் தன் இருக்கையில் அமர்ந்தார். 1911ஆம் ஆண்டு டிசம்பர் 28ஆம் நாளில் நிகழ்ந்தது, இப்போது மீண்டும் நிகழ்ந்தது. அவரைச் சுற்றி, தெய்வீகமான பிரகாசத்தை மக்கள் பார்த்தனர். அல்லது அவர்கள் அவ்வாறு நினைத்தனர்.

பிரம்ம ஞான சபையில் அவருடன் நெருக்கமாக இருந்தவர்கள் இதை எப்படி எடுத்துக்கொண்டனர்? அன்னி பெசண்ட், சார்லஸ் வெப்ஸ்டர், அருண்டேலும் மற்றவர்களும்? ஒரு கிசுகிசுப்புத் தோன்றி, சுற்றி வந்தது. அதாவது, சக்திவாய்ந்த

மந்திரவாதி ஒருவனின் தாக்கத்தால்தான் கிருஷ்ணமூர்த்தி இவ்வாறு பேசினார்! அன்னி பெசண்ட் இதனை அவரிடம் சொல்லாமல் இருந்திருந்தால், கிருஷ்ணமூர்த்தி இதனை உறுதியாக உதாசீனப்படுத்தி இருப்பார். இச்சொற்களை அம்மாவின் வாயிலிருந்து கேட்டதும் அவர் பிரமித்துப் போனார். அம்மா இதனை நம்புவார் என்றால், தான் இனிமேல் உரை நிகழ்த்தப் போவதில்லை என்று அவரிடம் கூறினார். ஆனால், அன்னி பெசண்ட் உடனடியாக தான் கூறிய சொற்களை திரும்பப் பெறுவதாகக் கூறினார். கிருஷ்ணமூர்த்தியை சிறுமைப்படுத்த நினைப்போரின் செல்வாக்கிற்குத் தான் பலியாகிவிட்டதை அவர் உணர்ந்தார்.

ஆனால், கேள்வி அப்படியே இருந்தது. கிருஷ்ணா கூறியது என்ன? குருமார்களை விலக்கி வைத்துவிட்டுத் தன்னையே அவர் இறைவனாக அறிவிக்கிறாரா? உண்மையில் அவர் இறைவன் தானோ?

அன்னி பெசண்டிற்கு அது கடினமாகத்தான் இருந்திருக்க வேண்டும். பிரம்ம ஞான சபையின் தலைவர் அவர். அருண்டேல், அவரைச் சார்ந்தவர்கள்மீது அவருக்குப் பெரும் மதிப்பு உண்டு. அவர்களுடன் கிருஷ்ணாவிற்கு ஏற்பட்டிருக்கும் வேறுபாடுகள், அவருக்கு மிகுந்த துயரத்தைத் தந்தன. அவருக்கும் வயதாகிவிட்டது. வயதின் தாக்கம் அவரது உடல்நிலையில் தெரியத் தொடங்கிவிட்டது. சபைத் தலைவர் பதவியை விட்டு விலகுவதாக அவர் கடிதம் கொடுத்திருக்கலாம். ஆனால் சார்லஸ் வெப்ஸ்டர், மற்ற முக்கியமான உறுப்பினர்கள் அதனை அனுமதித்திருக்க மாட்டார்கள். ஆகவே அவர் பொறுப்பில் தொடர வேண்டியிருந்தது. விசுவாச முரண்பாடுகளால் அவர் இதயம் கிழிபட்டது. உலகத்தின் ஞானாசிரியன், இரண்டாவது கிறிஸ்துவான கிருஷ்ணமூர்த்தியின் மீதான நம்பிக்கை அவருக்குக் கொஞ்சமும் மாறவில்லை. பிரம்ம ஞான சபையில் ஏற்பட்டிருக்கும் பிளவைக் கண்டு அவரது இதயம் உடைந்து போனாலும் இந்த நம்பிக்கையை அவர் விடாது பற்றிக் கொண்டிருந்தார். கிருஷ்ணமூர்த்தியின்பால் பிரம்ம ஞான சபை வேறுபாடு கொண்டிருந்தாலும், அவரது அம்மா, தடுமாற்றமில்லாத முதல் சீடனாக தொடர்ந்து இருந்தார்.

ஓமன் நகரில் 'கீழை நட்சத்திர' அமைப்பின் அடுத்த முகாம் நடந்தது. அமர்வில் கிருஷ்ணா உரையாற்றினார். முன்னெப்போதும் போலவே பேசினார். திரளாக வந்திருந்தோர் அவரது உரையை பயபக்தியுடன் கேட்டனர். இவர்தான் இறைவன் மைத்ரேயன்,

உலகத்தின் ஞானாசிரியன் என்ற நம்பிக்கையுடன் கேட்டனர். முகாம் நிகழ்வுகள் முடிந்ததும் இராஜகோபால், ரோஸலின், அன்னி பெசண்ட், சில நன்பர்களுடன் அவர் அமெரிக்காவிற்கு பயணமானார். ஓஜாய் நகரை அடைந்ததும், நித்யாவும் அவரும் பல ஆண்டுகள் வாழ்ந்திருந்த வீட்டிற்குள் அவர் அடியெடுத்து வைத்தார். எமிலிக்கு எழுதிய கடிதத்தில், நித்யா இல்லை என்ற வெறுமை அவரைத் தாக்கியதை, ஆறாத்துயரத்தில் தன்னை ஆழ்த்தியதை, தேகமே கதறியழுததை துயரத்துடன் அவர் குறிப்பிடுகிறார். பார்க்கும் ஒவ்வொன்றும் நித்யாவின் நினைவுகளை மீண்டும் அவருக்குக் கொணர்ந்தன. அன்னி பெசண்டிற்கு ஓஜாய் நகரை மிகவும் பிடிக்கும். அதன் அழகை, அதன் அமைதியை. அமெரிக்காவில் பல இடங்களுக்கும் உரையாற்றும் நிமித்தம் அவர் பறந்து கொண்டிருந்தார். உரைகள் மூலம் கிடைக்கும் நிதி அவரது செலவுகளுக்கு உதவியாக இருந்தது. ஓஜாய் சமவெளியில் ஓர் இடம் வாங்குவதற்கு நன்கொடைகள் திரட்டவும் முடிந்தது. அந்த இடத்தில் ஒரு பள்ளிக்கூடம் தொடங்க கிருஷ்ணமூர்த்தி மிக முனைப்புடன் இருப்பதும் அவருக்குத் தெரியும். அந்தக் கனவு நிறைவேற அவர் திரட்டும் நிதி உதவும். சில ஆண்டுகட்குப் பின்னர் 'மகிழ்ச்சி சமவெளிப் பள்ளி' அங்கு நிறுவப்பட்டது.

ஓர் ஆண்டு சென்றபின்னர், 1929 ஆகஸ்ட் 3ஆம் நாள் ஓமன் நகரில் கீழை நட்சத்திர அமைப்பின் கூட்டம் நடைபெற்றது. உலகம் முழுவதிலுமிருந்து 3000க்கும் மேற்பட்ட உறுப்பினர்கள் கூடியிருந்தனர். அந்தக் கூட்டத்தில் 'கீழை நட்சத்திரம்' அமைப்பை கலைப்பதாக கிருஷ்ணமூர்த்தி அறிவித்தார்.

14

கூடியிருந்தோரைப் பார்த்து இன்று காலை 'கீழை நட்சத்திர' அமைப்பைக் கலைப்பது குறித்து நாம் விவாதிக்க இருக்கிறோம், என்று தொடங்கினார் அவர். "பலருக்கு இது ஆனந்தத்தை அளிக்கலாம். மற்றவர்க்கு வருத்தம் தருவதாக அமையலாம். கொண்டாடுவதற்கோ, வருத்தப்படுவதற்கோ உரிய விஷயமல்ல இது. நான் விவரித்தபின், இது எவ்வளவு தவிர்க்க முடியாதது என்பதை நீங்கள் உணர்வீர்கள்." அவர் மேலும் தொடர்ந்தார்: "உண்மை என்பது பாதையற்ற நிலப்பரப்பு; நீங்கள் அதனை எந்தவிதமான பாதை வழியாகவும் அணுகமுடியாது; எந்த மதமாகவோ, எந்த இனமாகவோ இருக்கட்டும். இதுதான்

என்னுடைய பார்வை; இதனை நான் முழுமையாகவும் நிபந்தனையற்றும் கடைப்பிடிக்கிறேன். வரம்பற்றது என்பதால், நிபந்தனையற்றது என்பதால், எந்தவிதமான பாதை வழியாகவும் அணுகமுடியாது என்பதால் உண்மையை உருவாக்க முடியாது; வழிநடத்தவோ அல்லது குறிப்பிட்ட பாதையில் செல்ல வற்புறுத்தவோ, ஓர் அமைப்பை உருவாக்கவோ முடியாது. இதனை முதலில் நீங்கள் புரிந்து கொண்டால், ஒரு நம்பிக்கையை உருவாக்குவது என்பது எந்த அளவிற்கு முடியாத செயலென்பதை உணர்வீர்கள். நம்பிக்கை என்பது முற்றிலும் தனிமனித விஷயம். அதனை உங்களால் உருவாக்க முடியாது. நிச்சயம் அதனைச் செய்யக்கூடாது. அதனையும் மீறிச் செய்தால், அது இறந்து போய்விடும். கெட்டிதட்டிப் போய்விடும். மற்றவர்கள்மீது திணிக்கப்படும் ஒரு சமய நம்பிக்கையாக, ஓர் இனப்பிரிவாக, ஒரு மதமாக அது மாறக்கூடும். உலகத்திலிருக்கும் ஒவ்வொருவரும் இதைத்தான் செய்ய முயல்கிறார்கள். உண்மை என்பது குறுக்கப்படுகிறது. பலவீனமாக உள்ளவர்க்கு, தற்காலிக அதிருப்தி மனநிலையில் இருப்பவர்க்கு விளையாட்டுப்பொருளாக மாற்றப்படுகிறது. உண்மையைக் கீழேயிறக்க முடியாது; மாறாக தனிமனிதன் அதனை உயர்நிலையில் வைக்க முயற்சி செய்ய வேண்டும். மலையை நீங்கள் சமவெளிக்கு கொண்டுவர முடியாது.''

''ஆகவே, இதுதான் 'கீழை நட்சத்திரம்' அமைப்பு ஏன் கலைக்கப்பட வேண்டும் என்பதற்கு நான் முன்வைக்கும் முதல் காரணம். எனினும், நீங்கள் வேறு அமைப்புகளை உருவாக்க முயலலாம். உண்மையைத் தேடும் வேறு அமைப்புகளில் நீங்கள் தொடரலாம். ஆன்மீக அமைப்பு எதிலும் தொடர்புடையவனாக இருக்க நான் விரும்பவில்லை. தயவுசெய்து இதனைப் புரிந்து கொள்ளுங்கள்.''

''இந்த நோக்கத்தை அடைவதற்காக எந்த அமைப்பு உருவாக்கப்பட்டாலும் அது ஓர் ஊன்றுகோலாக, ஒரு பலவீனமாக, அடிமைத்தனமாக மாறிவிடும். தனிமனிதனை முடக்கிப்போடும். அவனது வளர்ச்சியைத் தடை செய்யும். அவனது தனிப்பண்பை வெளிப்படுத்தவோ நிறுவ முடியாமலோ செய்துவிடும். முழுமை யான, நிபந்தனையற்ற உண்மையை, தேடி அடைவதில்தான் அந்தத் தனித்தன்மை அவனுக்குக் கிட்டும். இந்த அமைப்பின் தலைவனாக இருப்பதால், இதனைக் கலைக்க முடிவு செய்ததற்கு நான் முன்வைக்கும் இரண்டாவது காரணம் இதுவே.''

"இது அற்புதமான காரியம் அல்ல; எனக்கு விசுவாசிகள் தேவையில்லை. ஒருவரைப் பின்பற்றத் தொடங்கிய அடுத்த கணம் உண்மையைத் தொடர்வதிலிருந்து நீங்கள் விலகுகிறீர்கள். நான் சொல்வதை நீங்கள் கேட்கிறீர்கள் அல்லது கேட்கவில்லை என்பது குறித்து நான் கவலைப்படவில்லை. இந்த உலகத்தில் நான் ஒரு குறிப்பிட்ட செயலைச் செய்ய விரும்புகிறேன். எவ்வித ஊசலாட்டமும் இல்லாத மன ஒருமைப்பாட்டுடன் அதனைச் செய்ய விரும்புகிறேன். ஒரு விஷயம் குறித்தே கவலைப் படுகிறேன்: மானுட விடுதலை. அனைத்து சிறைகளி லிருந்தும், அனைத்து அச்சங்களிலிருந்தும் மனிதனை விடுவிக்க நான் விரும்புகிறேன். மதங்களையோ, இனப்பிரிவுகளையோ, புதிய கொள்கைகளையோ அல்லது புதிய தத்துவங்களையோ நிறுவ நான் விரும்பவில்லை."

"அப்போது உங்கள் மனதில் இயல்பாக ஒரு கேள்வி எழும். எனில், உலகம் முழுவதும் சென்று இடைவிடாமல் நான் ஏன் உரையாற்ற வேண்டும்? எதற்காக இதனைச் செய்கிறேன் என்று கூறுகிறேன். என்னை நீங்கள் பின்பற்ற வேண்டும் என்ற விருப்பத்தால் இதனைச் செய்யவில்லை; சிறந்த சீடர்களைக் கொண்ட தனிக்குழு ஒன்று வேண்டும் என்பதற்காகவும் செய்ய வில்லை. (எத்தனை கேலிக்குரியதாக, அபத்தமானதாக, அற்பமானதாக அந்த விஷயங்கள் இருந்தாலும், சகமனிதர் களிடமிருந்து வேறுபட்டவர்களாக தன்னைக் காட்டிக்கொள்ள மனிதன் எப்படி விரும்புகிறான்! நான் அந்த அபத்தமானச் செயலை ஊக்குவிக்க விரும்பவில்லை.) இந்த மண்ணுலகிலோ அல்லது ஆன்மீக உலகிலோ எனக்கு சீடர்கள் கிடையாது; கொள்கைத் தூதர்களும் கிடையாது. பணத்தின் மீதான கவர்ச்சியோ, வசதியான வாழ்க்கையோ என்னை ஈர்க்கவில்லை. இதற்கு இன்றோடு ஒரு முடிவுகட்ட விரும்புகிறேன். இந்தச் சிறுபிள்ளைத்தன விவாதங்கள் ஆண்டுதோறும் தொடர்வதற்கு நான் விரும்பவில்லை."

"மூன்று ஆண்டுகளாக என் பேச்சை நீங்கள் கேட்டு வருகிறீர்கள். ஒரு சிலரைத் தவிர்த்து எவ்வித மாற்றமும் ஏற்படவில்லை. நான் சொல்வதை ஆராய்ந்து பாருங்கள். விமர்சனப் பார்வையுடன். முழுமையாக, அடிப்படை விஷயங் களை புரிந்து கொள்ள முயலுங்கள். கடந்த பதினெட்டு ஆண்டுகளாக ஒரு நிகழ்விற்காக, உலக ஞானாசிரியனின் வருகைக்காக நாம் தயார்செய்து வருகிறோம். நீங்கள் அதற்கான ஏற்பாடுகளைச் செய்து வருகிறீர்கள்; உங்கள் இதயங்களுக்கும்

மனங்களுக்கும் புத்துணர்வைத் தரக்கூடிய ஒருவருக்காக நீங்கள் காத்திருக்கிறீர்கள். உங்கள் வாழ்வை முற்றிலும் மாற்றிவிடக்கூடிய, உங்களுக்குப் புதிய புரிதலைத் தரக்கூடிய, உங்கள் வாழ்வை புதிய உச்சங்களுக்கு உயர்த்தக்கூடிய, உங்களுக்குப் புதிய ஊக்கத்தை அளிக்கக் கூடிய, உங்களுக்கு விடுதலை தரக்கூடிய ஒருவருக்காகக் காத்திருக்கிறீர்கள்! இப்போது என்ன நடக்கிறது என்று கவனியுங்கள்! ஆலோசியுங்கள்! காரணத்தை நீங்களே ஆராயுங்கள். அந்த நம்பிக்கை உங்களை எவ்விதத்தில் மாற்றியிருக்கிறது என்பதைக் கண்டறியுங்கள். மேம்போக்கான வேறுபாடாக, அபத்தமான, அற்பமான, ஓர் அடையாள அட்டை அணிந்திருப்பதைத் தவிர்த்து! வாழ்க்கையின் தேவையற்ற விஷயங்களை அந்த நம்பிக்கை எவ்வாறு துடைத்திருக்கிறது? தீர்மானிப்பதற்கு இதுவே வழி: எவ்வழியில் நீங்கள் மேலும் சுதந்திரம் அடைந்திருக்கிறீர்கள்? மேன்மை அடைந்திருக்கிறீர்கள்? சமூகத்தின் தவறான, தேவையற்ற விஷயங்களுக்கு எதிராகப் போராட எந்த அளவிற்கு நீங்கள் தயாராக இருக்கிறீர்கள்? இந்த 'கீழை நட்சத்திர' அமைப்பின் உறுப்பினர்கள் எவ்வழியில் வேறுபட்டவர்களாக மாறியிருக்கிறீர்கள்?''

''நீங்கள் அனைவரும் உங்கள் ஆன்மீக வாழ்விற்கு வேறு ஒருவரைச் சார்ந்திருக்கிறீர்கள்; உங்கள் மகிழ்ச்சிக்காக.. உங்களது அறிவு விசாலத்திற்கு.. உங்களது புகழிற்கு.. உங்களது தூய்மைக்கு.. உங்களது அழிவற்ற நிலைக்கு மற்றவரைச் சார்ந்திருக்கிறீர்கள். உங்களுக்குள் பாருங்கள் என்று நான் கூறினால், உங்களில் ஒருவரும் அதனைக் கேட்பதில்லை. சிலர் இருக்கலாம். அவர்கள் மிக மிகச் சிலரே. பின், அமைப்பு ஒன்று எதற்காக?''

''வெளியிலிருந்து எவரும் உங்களுக்கான விடுதலையைத் தர முடியாது. கூட்டுப் பிரார்த்தனையும்தான். ஏதோ ஒரு காரணத்திற்காக நீங்களே உங்களை மாய்த்துக் கொள்வதும், உங்களுக்கு விடுதலையைத் தராது; நீங்கள் அனைவரும் ஓர் அமைப்பை உருவாக்குவதோ, ஒன்றிணைந்து ஏதேனும் வேலையில் ஈடுபடுவதோ உங்களை விடுதலை செய்யாது. கடிதங்கள் எழுதுவதற்குத் தட்டச்சு இயந்திரத்தைப் பயன்படுத்துகிறீர்கள். அதனை பீடத்தில் ஏற்றி நீங்கள் வழிபட மாட்டீர்கள் அல்லவா? ஆனால், அமைப்புகள் உங்களது உயரிய கவனத்தைப் பெறும்போது அதைத்தான் நீங்கள் செய்கிறீர்கள். 'எத்தனை உறுப்பினர்கள் உங்களிடம் இருக்கிறார்கள்?' செய்தியாளர்கள் என்னைக் கேட்கும் முதல் கேள்வி இதுதான். 'உங்களைப்

பின்பற்றுபவர்கள் எத்தனை பேர்? அந்த எண்ணிக்கை மூலம், நீங்கள் கூறுவது உண்மையா, தவறா என்று நாங்கள் தீர்மானிக்க முடியும்.' எத்தனை பேர் இருக்கிறார்கள் என்று எனக்குத் தெரியாது. அதைப்பற்றிய கவலையும் எனக்கில்லை. விடுதலை பெற்ற ஒரு மனிதர் இருந்தாலும், அதுவே போதும்.''

''அதுமட்டுமின்றி, மகிழ்ச்சி என்னும் இராஜ்ஜியத்தின் திறவுகோல் ஒருசிலர் கையில்தான் இருக்கிறது என்று உங்களுக்குள் ஓர் எண்ணம். எவரிடமும் அது இல்லை. அந்த திறவுகோலை தன்வசம் வைத்துக்கொள்ள எவருக்கும் அதிகாரம் தரப்படவில்லை. அந்த திறவுகோல், நீங்கள், நீங்கள்தான்! சுயத்தின் மேன்மையால், தூய்மையால், அழிவற்றத் தன்மையால் நிலைப்பேறு என்னும் இராஜ்ஜியத்தை அனைவரும் அடையலாம். நீங்கள் எவ்வளவு தூரம் முன்னேறியிருக்கிறீர்கள், உங்கள் ஆன்மீகத்தின் இப்போதைய நிலை என்ன என்று கூறவதற்குப் பழகியிருக்கிறீர்கள். என்ன ஒரு சிறுபிள்ளைத்தனம்! உங்களைத் தவிர்த்து வேறு யார் நீங்கள் அழிவற்றவர் என்று கூற இயலும்?''

''ஆனால், உண்மையில், அறிந்துகொள்ள விருப்பம் இருப்பவர்கள், ஆதியும் அந்தமும் இல்லாமல், நிலைப்பேறு உடையது எது என்பதை அறிந்துகொள்ள விழைபவர்கள், அதிக தீவிரத்துடன் ஒன்றிணைந்து பயணிப்பார்கள். தேவையற்றவைக்கு, பொய்மைக்கு, இருண்மைக்கு எதிரானவர்களாக அவர்கள் இருப்பார்கள். அவர்கள் மனதை ஒருமுகப்படுத்துபவர்கள். அவர்களால் எதையும் புரிந்துகொள்ள இயலும் என்பதால் அறிவுச்சுடராக இருப்பார்கள். அத்தகைய தேகத்தை நாம் உருவாக்க வேண்டும். இதுவே என் நோக்கம். அத்தகைய உண்மையான நட்பின் விளைவால் - அதனை நீங்கள் அறிந்து கொண்டதாகத் தெரியவில்லை- அதில் பங்கேற்கும் அனைவரிடமும் உண்மையான ஒத்துழைப்பு காணப்படும். இது அதிகாரத்தின் விளைவால் அல்ல. இரட்சிப்பாலும் ஏற்படுவதல்ல. நீங்கள் உண்மையாகவே புரிந்துகொண்ட காரணத்தால். ஆதலால் இந்த நிலைப்பேறுடைய உலகில் வாழ்வதற்கு உண்மையில் தகுதி பெறுகிறீர்கள். அனைத்து இன்பங்களையும்விட அனைத்து தியாகங்களையும்விட இதுவே மிகச் சிறந்தது.''

''இரண்டு ஆண்டுகளின் தீவிர ஆலோசனைக்குப் பிறகு, இந்த முடிவிற்கு நான் வருவதற்கு இவையே காரணங்கள். ஒரு கணத்தின் உந்துதலால் எடுக்கப்பட்ட முடிவல்ல. வேறு யாரும் என்னை ஒப்புக்கொள்ள வைக்கவும் இல்லை. என்னை அவ்வாறு

செய்யவும் முடியாது. இரண்டு ஆண்டுகளாக இதைப்பற்றி நான் சிந்தித்துக் கொண்டிருந்தேன். மெதுவாக, அக்கறையுடன், பொறுமையுடன். இப்போது இந்த அமைப்பைக் கலைப்பதற்கு நான் முடிவு செய்துவிட்டேன். அதன் தலைமைப் பொறுப்பாளனாக நான் இருக்கிறேன். நீங்கள் வேறு அமைப்புகளை ஏற்படுத்தலாம். அல்லது வேறு யாராவது உருவாக்குவார்களா என்று எதிர் பார்க்கலாம். எனக்கு அதைப்பற்றி அக்கறை இல்லை. புதிய கூண்டுகளை உருவாக்குவதில், அதனை அலங்கரிப்பதில், அழகு படுத்துவதில் எனக்கு விருப்பமில்லை. மனிதனை முழுமையாக, நிபந்தனையின்றி விடுவிப்பதே எனது ஒரே நோக்கம்.''

அதுதான் இறுதி முறிவு. பின்னோக்கிப் போதல் என்பதே இல்லை. கடந்த காலத்துடனான தனது பிணைப்புகள் அனைத்தையும் கிருஷ்ணமூர்த்தி கத்தரித்துக் கொண்டார். அவர் இனி தனியே பயணிக்க வேண்டும். அவர் முன்னே இப்போது ஒரே இலக்குதான். ஒரே குறிக்கோள்தான். முழுமையான நிபந்தனையற்ற விடுதலை. அவருக்கும், அவ்விடுதலைக்காக ஏங்கும் அனைவருக்கும். அவர்கள் அவருடன் இணைந்து நடக்கலாம். அல்லது அவர்கள் தனியே நடக்கலாம். அவர்கள் குறித்த கவலை அவருக்கில்லை. ஏனெனில் அவர் தன் பயணத்தைத் தொடங்கிவிட்டார். அதனை அவர் செய்து முடிப்பார். அதற்கான விலை எதுவாக இருப்பினும். ஏனெனில் இலக்குதான் இப்போது பிரதானம். மற்றவை முக்கியத்துவமற்றவை.

ஓமன் நகரில் 1929 ஆகஸ்ட் 3ஆம் நாள் அவர் நிகழ்த்திய உரை அவருடைய நெடிய வாழ்க்கையில் நிகழ்த்திய உரைகளின் சுருக்கம் எனலாம். அந்த உரையை மட்டும் ஒருவர் படித்தால் போதும், கிருஷ்ணமூர்த்தியின் வேறு உரைகளை, எழுத்துகளை படிக்கத் தேவையில்லை. அந்த இடத்திலிருந்து ஒருவர் முன் செல்லலாம். தனது பயணத்தைத் தொடங்கலாம். நிலைப் பேற்றைத் தேடி. அம்மனிதன் தனியாகச் செல்ல வேண்டும். அச்சமேதுமின்றி, எவரையும் சார்ந்திராமல்.

குருமார்கள் நிலை என்ன? கிருஷ்ணாவைப் பேணி, பயிற்றுவித்தவர்கள், சபையின் மூத்தவர்கள் நிலை என்ன? அவரது அம்மா, அன்னி பெசண்டின் நிலை? அவரது உடல்நிலை முற்றிலும் சீர்குலைந்து போயிற்று. முதுமை எய்தி, வலுக்குறைந்து போனார். நினைவுகள் மறந்து போயின. கிருஷ்ணா அவரைப் பார்க்கச் சென்றபோது, யாரென்று நினைவுகூர முடிந்ததைத் தவிர்த்து, நடந்தவற்றை அவரால் மீட்கொணர இயலவில்லை. அவருடைய

கடந்த காலத்து நினைவுகளிலிருந்தும் விலகி வந்திருந்தார். கிருஷ்ணா மீதான அன்பு மட்டுமே நிலைத்திருந்தது.

அன்னி பெசண்ட் 1933 ஆம் ஆண்டு செப்டம்பரில் மறைந்தார். அவர் இறக்கும் தருணத்தில் சார்லஸ் வெப்ஸ்டர் அடையாறுக்கு வந்திருந்தார். அவரும் நீண்ட நாட்கள் உயிருடன் இருக்கவில்லை. ஆஸ்திரேலியாவின் பெர்த் நகரில் 1934ஆம் ஆண்டு மார்ச் முதல் நாள் அவர் உயிர் நீத்தார். அவர்களின் மறைவிற்குப்பின் இறுதிப் பிணைப்பும் அறுந்து போயிற்று. அவர் தனக்குள் எப்போதும் இருந்ததைப்போல், ஒரு நாடோடியாக, ஓர் அந்நியனாக, தனது பயணத்தைத் தானே மேற்கொள்ள வேண்டிய தனிமனிதனாக கிருஷ்ணா ஆகிப்போனார். கட்டுத்தளைகள் அனைத்தும் அறுந்துபோயின. அவர் இப்போது சுதந்திர மனிதர். எந்த விலை கொடுத்தேனும் உண்மையைத் தேடுபவர். நீங்கள் எவரையேனும் சார்ந்திருப்பவர் என்றால், அது உங்களுக்கு பிரச்சனைகளைக் கொணரும். சார்ந்திருத்தல் ஆபத்தானது. அந்த ஆபத்தை அவர் கண்டிருந்தார். அதனை அவர் மிகத் தெளிவுடன் அறிந்து கொண்டதால், அதிலிருந்து அவர் விலகிச் சென்றார்.

தொடர்ந்து வந்த ஆண்டுகள் உலகிற்கு வேதனையான ஆண்டுகள். முதல் உலகப்போர் முடிந்து இருபது ஆண்டுகளாகியும் கண்முன்னால் உண்மையான அமைதி தென்படவில்லை. உலகம் முழுவதும் பயணித்த கிருஷ்ணமூர்த்தியின் கூட்டங்களுக்கு தொடர்ந்து அதிக எண்ணிக்கையில் மக்கள் வந்தனர். முற்றிலும் வித்யாசமான கருத்துகளைப் பேசிய இந்த மனிதரின் பேச்சைக் கேட்க வரும் கூட்டம் பெருகிக் கொண்டேயிருந்தது. அவரது உடல்நிலை பலவீனமாக இருந்தும், அடிக்கடி அவரை நோய் தாக்கிய போதும் உலகம் முழுவதும் அவர் விடாமல் பயணம் செய்தார். மக்களும் அதிக அளவில் வந்து கொண்டிருந்தனர். ஓர் ஆவலால்தான் பலரும் வந்தனர் என்பது மறுக்க முடியாத ஒன்று. துக்கத்தின் சுமையுடன், உயிர்வாழ்வதே பிரச்சனையாக ஏராள மானோர் வந்தனர். தங்களது கேள்விகளுக்கும், சந்தேகங்களுக்கும் விடைதேடி அவர்கள் வந்தனர். சமூகத்தின் பல்வேறு தரப்பினர், வேறுபட்ட நம்பிக்கைகளைக் கொண்டவர்கள், பல மதங்களைச் சார்ந்தவர்கள், பலவித தேசங்களைச் சார்ந்தவர்கள், இளைஞர்கள், முதியவர்கள், விஞ்ஞானிகள், கவிஞர்கள், கலைஞர்கள், மனோதத்துவ நிபுணர்கள், அரசியல் தலைவர்கள், அரசுகளின் தலைமைப் பொறுப்பில் இருந்தவர்கள் போன்ற அனைவரும் வந்தனர். அவரது நூல்களை வாங்க அனைவரும் ஆர்வம்

கொண்டனர். அவருடனான தனித்தச் சந்திப்பில் தங்கள் பிரச்சனைகளைப் பேசவும் பலர் விரும்பினர். அவருடைய கருத்துகளால் அசைக்கப்பட்ட பலர், அவருடைய ஆளுமையின் மந்திர வசீகரிப்பற்கு ஆட்பட்ட பலர், அவர் செல்லும் இடமெல்லாம் தாங்களும் உடன்செல்ல விரும்பினர். அவர் தங்கிய இடத்தில் தாங்களும் தங்குவதற்கு விரும்பினர்.

மனிதர்களுடனான இந்தச் சந்திப்புகளை விவரிப்புகளாக கிருஷ்ணமூர்த்தி எழுதி வைத்தார். நூற்றுக்கும் மேலான விவரிப்புகள். ஓர் ஆழ்ந்த புரிதலுடன் அவர்கள் சொல்வதை அவர் கவனமுடன் கேட்டார். அவர்களில் அவர் முழு உலகையும் கண்டார். மருட்சி ஏதுமின்றி, உணர்ச்சி வயப்படாமல் அவரால் காணமுடிந்தது. அவர்களிடமும் அவர் அதைத்தான் கூறினார். நீங்கள்தான் உலகம். உலகமென்று தனியே ஏதுமில்லை. அல்லது உங்களிடமிருந்து அது வேறுபட்டதுமல்ல.

இந்த விவரிப்புகள் தொகுக்கப்பட்டு பின்னர் 'வாழ்வின் மீதான விமர்சனங்கள்' என்ற தலைப்பில் நூல்களாக வெளியிடப்பட்டன. மூன்று தொகுதிகளாக இவை வெளிவந்துள்ளன. இவற்றைப் படிக்கும் ஒருவர், துக்கம் மற்றும் வேதனை என்றால் என்ன என்பதையும், அதனை எப்படி முடிவுக்குக் கொண்டு வருவது என்பதையும் அறிந்து கொள்ளலாம். ஒவ்வொரு விவரிப்பும் அவரைச் சுற்றியிருந்த ஒரு காட்சியின் வர்ணனையுடன் தொடங்கும். அந்தக் காட்சி அவர் நடையுலா போகும் ஆற்றோரமாக இருக்கலாம். ஒரு மலைப்பாதையாக, ஒரு சிற்றூரின் சாலையாக இருக்கலாம். நீரின் மீதான நிலவொளி வீச்சாக, தூரத்தில் வாசிக்கப்படும் குழலிசையாக இருக்கலாம். எளிமையான பாசாங்கற்ற சொற்களில் கிருஷ்ணமூர்த்தி அவற்றை விவரிப்பார். பார்க்கும் காட்சியை விவரித்தப்பின், கூற நினைப்பதை, தெளிவாக, எவ்வித அலங்கரிப்புமின்றி, செயற்கைத்தனமின்றி அவர் எழுதுவார்.

இந்த நேர்காணல் தொகுப்புகளை வெளியிடும் பொறுப்பு இராஜகோபாலிடம் கொடுக்கப்பட்டது. அதுமட்டுமின்றி கிருஷ்ணமூர்த்தியின் உரைகளுக்கான இடங்களை ஏற்பாடு செய்வது, அங்கு வருவோருக்கான இருக்கை வசதிகள் உட்பட பல்வேறு விஷயங்களை அவர் கவனித்துக் கொண்டார். வெளியீடுகளின் விற்பனை, அதற்கான கணக்குகளுக்கும் அவரே பொறுப்பு. எவ்விதத்திலும் இது மனதிற்கு கிளர்ச்சியை அல்லது

மகிழ்ச்சியைத் தரும் வேலையல்ல. ஆனால் எவரேனும் இதனைச் செய்துதான் ஆகவேண்டும். இராஜகோபால் செய்ய வேண்டும் என்பது போலவே எப்போதும் இது முடியும். நித்யாவின் இறப்பிற்குப்பின் இராஜகோபால் கிருஷ்ணாவின் வலது கரம்போல் ஆனார். 'கீழை நட்சத்திரத்தின்' அமைப்புச் செயலராக கிருஷ்ணமூர்த்தியால் அவர் நியமிக்கப்பட்டார். அவரை சர்வதேச அமைப்பின் பொருளாளராக்க கிருஷ்ணாவிற்கு நீண்ட காலம் பிடிக்கவில்லை. அவர் ஒரு சிறந்த தேர்வு. தனக்கிட்ட பணிகளை அவர் சிறப்பாகவே செய்தார்.

கிருஷ்ணாவின் தேவைகளை இராஜகோபாலும், ரோஸலினும் கவனித்துக் கொண்டனர். ஆர்ய விஹாரில் நாட்கள் நன்றாகவே கடந்தன. அந்தத் தம்பதியர் காட்டிய அக்கறை கிருஷ்ணமூர்த்திக்கு தேவையாக இருந்தது. ஏனெனில், அவரது உடல் பலவீனமானது. மூச்சுக் குழாய் தொற்றால் அடிக்கடி நோயில் விழுந்துவிடுவார். காய்ச்சலையும், இருமலைத் தந்த நீடித்த நோயாகவும் அவரை அது பற்றிக்கொண்டது. அர்ப்பணிப்புள்ள, சிறந்த செவிலியாகவும், வீட்டை நல்ல முறையில் பார்த்துக் கொள்பவராகவும் ரோஸலின் திகழ்ந்தார். சில ஆண்டுகளுக்குமுன் தொடங்கப்பட்ட 'மகிழ்ச்சி சமவெளிப் பள்ளி'யில் பணியாற்றிய அனுபவமும் அவருக்கு இருந்தது.

வெறுப்பூட்டும், சாதாரண தினசரிப் பணிகளிலிருந்து விடுபட்டதால், ஆன்மீக விஷயங்களில் கிருஷ்ணமூர்த்தியால் கவனம் செலுத்த முடிந்தது. அவரைப் பொறுத்தவரை இருவருக்கும் இடையே எவ்வித வேறுபாடுமில்லை. ஒட்டுமொத்த விஷயங்களின் நிர்வாகப் பொறுப்பை இராஜகோபாலிடம் அவர் கொடுத்துவிட்டார். தினசரி வாழ்க்கையின் வியர்வை, அழுக்கு, இடையூறுகள், பிரச்சனைகள் அனைத்தையும் திறம்மிக்க இராஜகோபாலின் கைகளில் அவர் ஒப்படைத்தார். இதன் மூலம் மிகத் துர்ப்பாக்கியமான ஒரு சூழல் உருவாகப் போகிறது என்பதை அவர் அன்றைக்கு முன்னுணரவில்லை.

15

1939ஆம் ஆண்டு இரண்டாம் உலகப் போரைக் கொண்டு வந்தது. கிருஷ்ணா ஓஜாய் நகரில் இருந்தார். அங்கிருந்த போதுதான் உலகப்போர் மூண்ட செய்தியை அவர் கேள்விப்பட்டார். எங்கும் காணப்படும், எதையும் அறிந்து கொள்ளத் துடிக்கும் சாதாரண

மக்களைப் போலவே யுத்தம் வரப்போகிறது என்பதையும் அவர் அறிந்தார். யுத்தத்தின் கோரமுகத்தைப் பற்றி பெருங்கவலையுடன் அவர் பேசினார். யுத்தம் பெரும் தீங்கை விளைவிப்பது. அச்சு நாடுகளுக்கும் நேச நாடுகளுக்கும் இடையில் எவ்வித வேறுபாடும் இல்லை என்றார் அவர். போரின் கொடூரங்களை உலகின்மீது திணிக்கும் இரண்டு தரப்பாரும் குற்றவாளிகளே என்று அவர் கூறினார்.

பாதுகாப்பிற்கு ஆக்கிரமிப்பே இங்கு வழியாகச் சொல்லப் படுகிறது. தவறான வழிகள் மூலம் சரியானவை நிறுவப்பட முடியுமா? குழுக்களாக, தேசங்களாக, பல்வேறு மதங்களாக, கோட்பாடுகளாக நாம் பிரிந்திருக்கும் வரையில், ஆக்கிரமிப்பாளர் கள் இருப்பார்கள்; தம்மைப் பாதுகாத்துக் கொள்பவர்களும் இருப்பார்கள் என்றார் அவர்.

அமெரிக்காவை போர் இன்னும் தொடவில்லை. ஆனால், உணர்வுகள் கொதிநிலையில் இருந்தன. மக்களின் மனதிலும் இதயங்களிலும் போர்வெறி பரவியது. நிலப்பரப்பின் ஒவ்வொரு மூலையிலும் போரின் வன்முறைத் தாக்கத்தை உணர முடிந்தது. ஓஜாய் நகரில் அரசு அதிகாரிகளால் அவர் மிக உன்னிப்பாகக் கவனிக்கப்பட்டார். எங்கும் காணப்படும் வெறுப்பும் கோபமும் அவரது பேச்சுகளில் காணப்படவில்லை. அதைத் தவிர்த்து, வேறொரு செய்தியை அவர்கள் கண்டனர். உலகம் மிக நெருக்கடியான சூழலில் சிக்கிக் கொண்டிருக்கும்போது நீண்ட நாட்களாக உறங்கிக் கிடக்கும் கோபங்களையும், வெறுப்புகளையும் அரசாங்கங்களின் நலன் கருதி விசிறிவிடுவது உண்டு. இதனை யாராவது செய்யாதிருந்தால், அல்லது வேறு விதமாகப் பேசினால், அரசிற்கும், அதிகாரிகளுக்கும் அவர்கள் ஆபத்தானவர்கள். கிருஷ்ணமூர்த்தி 'போருக்கு எதிரானவராக' வகைப்படுத்தப் பட்டிருந்தார். அவரது விசா நீட்டிக்கப்படவில்லை. அவரது பயணங்கள் தடை செய்யப்பட்டன. நாட்டைவிட்டு வெளியில் செல்ல அவர் அனுமதிக்கப்படவில்லை.

இந்தக் கட்டுப்பாடுகள் தொந்தரவாக இருந்திருக்கலாம். ஆனால், ஓஜாய் நகரில் அமைதியாக கிருஷ்ணமூர்த்தி ஓய்வெடுப்ப தற்கான வாய்ப்பை அளித்தன. தோட்டத்தில் வேலை செய்வதற்கு இந்த வாய்ப்பை அவர் பயன்படுத்திக் கொண்டார். காய்கறிகளும் பழங்களும் விளைவித்தார். பசு மாடு ஒன்றை வாங்கி பால் கறக்கத் தொடங்கினர். அமைதியாக இருக்கவும், அவரது வேலைகளை அவரே செய்துகொள்ளவும், முன்னர் கிடைக்காத நேரம் அவருக்கு

இப்போது கிடைத்தது. வனத்தின் ஊடாகவும் மரங்களடர்ந்த கிராமப்புறத்திலும் நீண்ட நடையுலாக்கள் மேற்கொள்ள நேரம் கிடைத்தது. அன்னை பூமியை, அவளது பல்வேறு மனநிலைகளில், கண்களாலும் இதயத்தாலும் பார்க்க முடிந்தது. விலங்குகள், பறவைகள், ஊர்வன, பூச்சிகள் போன்றவையே அவரது தியானமாக அமைந்தன.

பின்னொருமுறை அவர் இப்படிக் கூறினார்: ''தியானம் உனக்கு வெளியில் இருக்கும் ஒன்றல்ல. மற்றவர்களால் கற்றுத் தரப்படும் ஓர் அமைப்பு முறையோ, ஒரு பயிற்சியோ அல்லது ஒழுங்குமுறையோ அல்ல. அது தொடர்ந்து உச்சரிக்கப்படும் மந்திரங்களின் தொகுப்போ, தினமும் முறையாக செய்யப்படும் சுவாசமும் அல்ல. ஒரு குறிப்பிட்ட நிலையில் அமர்ந்து, விழிப் புணர்வை பயிற்சி செய்வதோ அல்லது சிரத்தையாக இருக்க பயில்வதோ அல்ல. இவை வெறும் இயந்திரத்தனமானவை. நாம் உயிர்ப்புள்ள ஒன்றைப் பற்றி பேசுகிறோம். இயந்திரத்தனமான இந்த விஷயங்களைப் பல நூற்றாண்டுகளாக நீங்கள் பின்பற்றி வருகிறீர்கள். இவற்றைப் பயிற்சி செய்தவர்கள் இப்போது இல்லை. அவர்களது எண்ணமும், பேசிய விஷயங்களும் அவர்கள் காலத்தவை. அவர்களது தகுதிப்படுத்தலில் உருவானவை. உயிர்ப்புள்ள தியானம் குறித்து நாம் பேசுகிறோம். இயந்திரத் தனமான, திரும்பத் திரும்ப செய்யப்படும், கட்டுப்பாடுகள் நிரம்பிய தியானம் பற்றி அல்ல. இறப்பைப் பற்றி நீங்கள் தெரிந்துகொள்ள வேண்டியதைப்போல், தியானம் பற்றியும் நீங்கள் தெரிந்து கொள்ள வேண்டும். இல்லையேல்-புதிய கலாச்சாரம் இல்லை, புதிதாக எதுவும் உருவாகப் போவதும் இல்லை.''

''இந்த தியானத்திற்கு பெயரேதும் இல்லை; இதற்கு உருவம் எதையும் நீங்கள் கற்பனை செய்ய முடியாது. அதை நீங்கள் திட்டமிடவோ அல்லது வடிவமைக்கவோ இயலாது. நீங்கள் அதை உணர்ந்துகொள்ள முடியாதென்பதால் அதற்கு நீங்கள் பெயர் சூட்டவும் முடியாது. அது அறிவின் எல்லைகளுக்குள் அடங்கும் ஏதோ ஒன்றும் அல்ல. அறிவு, அறிந்துகொள்ளல், பெயர்சூட்டல் இவையனைத்தும் மெய்யல்ல. நீங்கள் உங்களை, நீங்களாக இருக்க அனுமதிக்கையில், உங்களைச் சுற்றி உள்ளவற்றை, உங்களுக்குள் நிகழ்வதை நீங்கள் உற்று நோக்கினால் இது நிகழும். அந்த சிரத்தையே, தீவிரமான கவனக்குவிப்பே தியானம். தீவிர கவனக்குவிப்பே எல்லையற்ற ஆற்றல்.''

இந்த ஆண்டுகளில் நெடிய நடையுலாக்களை கிருஷ்ண மூர்த்தி தொடர்ந்து மேற்கொண்டார். அந்நேரங்களில் வன விலங்குகளை நேருக்குநேர் சந்தித்ததை அவர் எழுதிய குறிப்புகள் கூறுகின்றன. ஒருமுறை கலிபோர்னிய காட்டுக்கரடி ஒன்றை நேரடியாக அவர் சந்திக்க நேர்ந்தது. பாதையில் அப்படியே நின்றுவிட்ட அவர் அவ்விலங்கை ஆர்வத்துடன் நோக்கினார். கரடியும் அவரை திரும்பப் பார்த்தது. பால்குடிக்கும் குட்டிகளுடன் வாழ்ந்த பெண் கரடி அது என்று பின்னால் அவரிடம் கூறினார்கள். அக்கரடி அவரைக் கொன்றிருக்கக் கூடும். விலங்குகளுக்கு அடிப்படையாக இருக்கும், குட்டிகளைப் பாதுகாக்க வேண்டிய அச்சத்தில் அக்கரடி செயல்பட்டிருக்க கூடும். ஆனால், எதுவும் நடக்கவில்லை. இருவரும் ஒருவரை ஒருவர் பார்த்துக் கொண்டே நின்றனர். ஒருவர் கண்களில் மற்றவர் என்ன பார்த்தனர் என்பதைப் பற்றி கிருஷ்ணமூர்த்தியால் கூறமுடியவில்லை. கரடி அந்த இடத்தை விட்டு நகர்ந்து காட்டிற்குள் மறைந்து போனதும் கிருஷ்ணமூர்த்தி தன் இடத்திற்குத் திரும்பினார். மற்றொரு முறை, வால்பகுதியால் ஒலியெழுப்பும் வீரியன் பாம்பை அவர் சந்தித்தார். அப்பாம்பு தன் வாலின் ஒலியால் எச்சரித்து, அவரை இடத்தை விட்டு நகரவிடவில்லை. கிருஷ்ணமூர்த்தி நகராமல் அதனைப் பார்த்துக் கொண்டு நின்றிருந்தார். அவரது எண்ணவோட்டம் நின்றது. சில விநாடிகளில் அவர் கண்முன்னே அப்பாம்பு நழுவி மறைந்தது.

நமக்குள் இயல்பாகவே, நம்மைப் பாதுகாத்துக் கொள்ள நினைக்கும் ஒரு விலங்குணர்வு பொதிந்திருப்பதாக கிருஷ்ணமூர்த்தி பின்னொரு முறை கூறினார். தேவையானபோது அது செயல்படும். ஆனால், அது எண்ணத்தின் விளைவு அல்ல. இப்படிப்பட்ட, உடனடியான, கணப்பொழுதில் நடைபெறும் செயல், அறிவுத் திறன் சார்ந்தது. இயல்பான, உள்ளுணர்வு சார்ந்த இந்த அச்சம் மனம் சார்ந்து எழும் உணர்வல்ல. இதைத்தவிர்த்து வேறு சில அச்சங்கள் இருக்கின்றன. அவை காலமும் எண்ணமும் உருவாக்குபவை. இவ்வச்சங்கள் மானுட உணர்வைக் கூண்டுக்குள் அடைத்து, வாழ்விலும் உறவுநிலையிலும் பிரச்சனைகளை உண்டாக்குபவை. மனிதர்களை அடிமையாக்கும். துயரங்களுக்குக் காரணமாக இருக்கும், இந்த காலம் சார்ந்த, எண்ணம் சார்ந்த அச்சங்கள் குறித்தே கிருஷ்ணமூர்த்தி திரும்பத் திரும்ப பேசினார். இவ்வச்சங்களை உற்றுக் கவனிக்குமாறு தன் உரைகளைக் கேட்போரை அவர் அறிவுறுத்துவார். அவை மன இயல்பு சார்ந்த அச்சங்கள். அவை எண்ணிக்கையற்றவை; அவை என்ன என்பதைத் தெளிவாகப் பார்க்கவில்லை என்றால், ஒவ்வொரு விநாடியும் ஒவ்வொரு

நொடியும் அவை பெருகிக் கொண்டேயிருக்கும். இங்கே தான் பிரச்சனை. தெளிவான பார்வையைத் தடுக்கும் திரைகள் அவைதான். வேறொருவகையில் கூறப்போனால் அவைதான் நோயும், காரணமும், வெளிப்பாடும். இந்த நோயை வெற்றி கொள்ள, பாதிக்கப்பட்டவர் அதிகம் சிரமப்பட்டார் என்றால் அதிலிருந்து மீள்வதும் அவருக்கு சிரமமானதே.

ஆனால், துயரத்தால் பாதிக்கப்பட்ட ஒருவர், ''என்ன செய்ய வேண்டும்'' என்று கதறியபோது, கிருஷ்ணமூர்த்தி அவரிடம் எதுவும் செய்யாமல், போராடுவதை, முயற்சியை நிறுத்தி அமைதியாக இருக்கச் சொன்னார். அந்த அமைதியில், நிசப்தத்தில் ஏதாவது நிகழும் என்றார் அவர். அந்த ஏதாவது என்னவென்று கிருஷ்ணா கூறவில்லை. ''ஒருவேளை நீங்கள் உங்கள் எதிரி யாரென்று பார்க்கக் கூடும்; அந்த பிரச்சனையை உணரக்கூடும். அந்த உள்ளார்ந்த பார்வையில் பிரச்சனை இல்லாமல் போகலாம்.''

ஒதுங்கி வாழ்ந்த இந்த ஆண்டுகளில், கிருஷ்ணமூர்த்தி மிகக் குறைவாகவே பேசினார். அதிகமான மனிதர்களையும் அவர் சந்திக்கவில்லை. இராஜகோபால் தம்பதியினர் அவரது தேவைகளை கவனித்துக் கொண்டனர். அவர்களின் மகளுடன், சந்தோஷம் தந்த அழகிய குட்டிப் பெண்ணுடன் விளையாடுவதில் அவர் உற்சாகம் பெற்றார். அவரைப் பார்க்க ஒரு சிலரே வந்தனர். அவரை விரும்பியவர்கள், யுத்தத்தின் வேதனையை, அதன் கோரத்தை உணர்ந்தவர்கள் வந்தனர். பெயர்பெற்ற எழுத்தாளரும் சிந்தனையாளருமான ஆல்டஸ் ஹக்ஸ்லியும் அவரது மனைவி, கவிஞர் ஜெரால் ஹேர்டும் அதில் அடங்குவர். ஹக்ஸ்லி தம்பதியர் மற்றும் கிருஷ்ணமூர்த்தி இடையே ஆழ்ந்த புரிதல் ஏற்பட்டது. அவர்கள் நெருங்கிய நண்பர்களாயினர். உரையாடலேயின்றி ஆல்டஸ் மற்றும் கிருஷ்ணமூர்த்தியால் மௌனமாகவும் இருக்க முடிந்தது.

எங்கும் ஜெர்மனிக்கு எதிரான உணர்வு அதிகமாகக் காணப்பட்ட இந்த யுத்த காலத்தில் நாம் நினைப்பது போல், கிருஷ்ணமூர்த்தியின் பிரபல்யமும் சற்றுக் குறைவாகவே இருந்தது. அவர் பேசிய சில கூட்டங்களில் அவரது உரையைக் கேட்டவர்கள், அவர் கூறிய கருத்துகளில் உடன்பாடின்றி கோபத்துடன் வெளியேறினர்.

போர் முடிந்த பிறகும், அமைதி ஒப்பந்தம் கையெழுத்தான பின்பும் போரையொட்டிய கேள்விகள் தொடர்ந்தன. சித்திரவதை

முகாம்களில் இத்தகு கோரமான செயல்களை நடத்தியவர்களை என்ன செய்ய வேண்டும்? அவர்களுக்குத் தண்டனை வழங்க வேண்டாமா? இந்தக் கேள்விகளுக்கு கிருஷ்ணமூர்த்தி எதிர்க் கேள்விகள் எழுப்பினார்: ''யார் யாருக்குத் தண்டனை அளிப்பது? குற்றம் சாட்டப்பட்டவரைப் போன்றே நீதி வழங்குபவரும் குற்றவாளிதானே? இப்போதைய இந்த நாகரீகத்தை நாம் ஒவ்வொருவரும் பேணி வளர்த்திருக்கிறோம். இந்த நாகரீக உலகில் காணப்படும் துயரத்திற்கு நாம் ஒவ்வொருவரும் பங்களித்திருக் கிறோம். அதன் செயல்களுக்கும் நாம் ஒவ்வொருவரும் பொறுப்பாளிகளே. மற்றவர்களை அடக்கி ஒடுக்கும் செயல் தீங்கானது. வேறொரு தேசத்தின் கொடுஞ்செயல்களுக்கு எதிராக உரக்கக் குரலெழுப்பும்போது, உங்களுடைய செயல்களை நீங்கள் கண்டுகொள்வதில்லை. தோற்கடிக்கப்பட்டோர் மட்டுமல்ல, யுத்தத்தின் கோரங்களுக்கு ஒவ்வொரு தேசமும் பொறுப்பேற்க வேண்டும். யுத்தம் மிகப்பெரும் பேரழிவு. மற்றவர்களைக் கொல்வது மிகப்பெரிய தீங்கு. உங்கள் இதயத்திற்குள் அந்த தீமையை நீங்கள் அனுமதித்துவிட்டால் எண்ணற்ற சின்னஞ்சிறு பேரழிவுகளை நீங்கள் கட்டவிழ்த்துவிடுகிறீர்கள்.''

வன்முறையின் உச்ச வடிவம்தான் போர். யுத்தங்கள் எப்போதும் நிகழ்ந்து கொண்டேயிருக்கின்றன. கல்வியில் முன்னேற்றமும், கலாச்சாரத்தில் உயர்வும் அடைந்திருக்கிறோம். எனினும் மிகவும் மிருகத்தனமான இந்தக் கொலைச்செயல்களை இப்போதும் செய்துகொண்டுதான் இருக்கிறோம். உலகெங்கிலும் நாம் பார்க்கும் இந்த யுத்தங்கள், நமக்குள் நடக்கும் யுத்தங்களின் விளைவே. அதாவது இதயத்தில் நாம் அடக்கி வைத்திருக்கும் வன்முறை. நமக்குள் நடக்கும் யுத்தத்திற்கும் வெளியில் நடைபெறும் யுத்தத்திற்கும் நேரிடையான தொடர்பிருப்பதாக கிருஷ்ணமூர்த்தி பேசினார். இந்த வன்முறையிலிருந்து நாம் விடுபட முடியாதா? அதன் நிழலும் நம்மைத் தொடமுடியாத அளவிற்கு வன்முறையிலிருந்து நம்மால் விடுபட முடியாதா? நம்மைச் சுற்றி ஆக்கிரமிப்பாளர்களும், வன்முறையாளர்களும் இருந்தாலும் நம்மால் முற்றிலும் அமைதியான வாழ்வை வாழமுடியாதா? ''கண்டுபிடியுங்கள்!'' என்றார் அவர். ''முடியும், முடியாதென்று எனக்கு நீங்கள் பதிலளிக்க வேண்டாம். ஆனால், நீங்கள் முயற்சிசெய்து பாருங்கள்.''

மற்றொருமுறை அவர் இவ்வாறு கூறினார். ''ஹிட்லரை முஸோலினியை குற்றம் சொல்வது எளிது. ஆனால், ஆதிக்க

மனப்பான்மையும் அதிகாரப்பசியும் ஏறத்தாழ ஒவ்வொருவரின் இதயங்களிலும் நீக்கமற நிறைந்துள்ளன. ஆகவேதான், யுத்தத்திற்கு அலைகிறோம். வர்க்கபேதம் பார்க்கிறோம். இதற்கான காரணங்கள் துடைத்தெறியப்படும்வரை குழப்பமும் வெறுப்பும் இருக்கத்தான் செய்யும்.''

வன்முறையின் எந்த வடிவத்தையும் ஏற்காமல், தனிப்பட்ட மனிதன் சுத்தமாக இருக்க வேண்டும். தனிமனிதன் இல்லாமல் கூட்டம் இல்லை. ''எப்படி? எப்படி நான் அதைச் செய்வது? அதற்கான வழியைக் காட்டுங்கள்,'' என்று ஒருவர் அவரைக் கேட்டார். இதற்கான வழிமுறையோ தொழில்நுட்பமோ தன்னிடம் இல்லை என்று அவர் பதிலளித்தார். ''அதைக் கண்டுபிடிக்கும் வேலை உங்களைச் சார்ந்தது. நீங்கள் மட்டுமே அதைச் செய்ய முடியும்.'' நிச்சயமாக அதற்கு மனமொருமிப்பும், பொறுமையும், ஊக்கமும், விடாமுயற்சியும் தேவை. ''பாரபட்சமாக இருத்தல், ஒருபக்கச் சார்பு போன்றவற்றின் சாயல் மிகச்சிறிதும் இல்லாமலும், பாரம்பரியத்தின், ஆசிரியரின் செல்வாக்கு இல்லாமலும் நீங்கள் பார்த்துக்கொள்ள வேண்டும்.''

சுதந்திரமான, எவ்விதத் தடைகளுமற்ற மனதாக இருக்க வேண்டும். சிந்தனைகளால், கருத்துகளால், கொள்கைகளால் தாக்கமுறாத மனமாக இருக்க வேண்டும்.. அறிவுச் சுமையற்ற மனதாக இருக்க வேண்டும். இந்தப் பாதையைத் தேடி பயணம் தொடங்கும் மனது, கடந்தகால நினைவுகளைத் துறக்கவேண்டும். எதிர்காலம் குறித்த கனவுகளையும் நம்பிக்கைகளையும் கைக்கொள்ளக் கூடாது. ஒவ்வொரு கணமும் வாழ்வதாக இருக்க வேண்டும். தன்னிச்சையான, வற்புறுத்தல் இல்லாத, உண்மையான கட்டுப்பாட்டைக் கொணரக்கூடிய அறிவுத்திறனால் அம்மனது இயங்க வேண்டும். வற்புறுத்தல் இல்லாத இடத்தில் அறிவுத்திறன் இயங்கும். அறிவுத்திறன், மனது உருவாக்குவதல்ல. காலம் மற்றும் எண்ண வெளிக்கு அப்பாற்பட்டது அது. காலம் மற்றும் எண்ணத்தின் தலையீடு இல்லாவிடில், முற்றிலும் வித்யாசமான அறிவுத்திறன் ஒளிவீசத் தொடங்கும்.

வன்முறையின் முகங்கள் கணக்கிலடங்கா. ஒவ்வொன்றையும் தனித்தனியே நாம் அழிக்க நினைத்தால் அது பயனற்ற செயல். வன்முறையின் காரணங்களுக்குள் நாம் நுழைந்துவிட்டால் நம்மால் நிச்சயம் எதுவும் செய்யமுடியாது. அதற்கு மாறாக, ''வன்முறை என்ற அலைவீச்சின் முழு வடிவத்தையும் நன்கு கவனியுங்கள்'', என்றார் கிருஷ்ணமூர்த்தி. ''அதன் மூலாதாரத்தை கவனியுங்கள்.

எங்கிருந்து அது உருவாகிறது, எங்கிருந்து எழுகிறது? ஆத்திரமே வன்முறை. அது உருவாகும், அதன் மூலாதாரம், தன்முனைப்பே யன்றி வேறில்லை. தேசம், இனம், குடும்பம், வேறுவகைக் குழுக்களுடன் தன்முனைப்பு, தன்னை அடையாளப்படுத்திக் கொள்கிறது. காயம்படுகிறது. மற்றவர்களை காயப்படுத்துகிறது. இழிவுக்கும் ஆளாகிறது. அந்த இழிவோ காயமோ பதிவு செய்யப்படும்போது, பேணி வளர்க்கப்படும்போது, அது வளர்வதற்கு இடம் தரும்போது, வன்முறைக்கான இடம் அங்கே உருவாகிறது. அதிலிருந்து நூற்றுக் கணக்கான பிரச்சனைகள் எழுகின்றன. ஆத்திரம், பழிவாங்கல், பொறாமை, வெறுப்பு மற்றும் பல. இவைமட்டுமின்றி தனிமைப்படுத்துதலும், வேறுபாடுகளும், பிளவுகளும் இருக்கின்றன. அங்கே தான் துயரமும், துயரத்திற்குச் செல்லும் வழியும் இருக்கின்றன. இவற்றின் சேமிப்பு நம் நினைவில் ஒரு சில நொடிகளோ அல்லது சற்று அதிகமோதான். சுயம் என்பதே வன்முறையின் பிறப்பிடம். அதுதான் தன்முனைப்பு.''

"என்ன நடக்கிறது என்று உற்று நோக்குங்கள்" என்று அவர் தொடங்குகிறார். "என்ன நடந்தது என்பதையும் கவனியுங்கள். அதனை நியாயப்படுத்தவோ, விளக்கவோ அல்லது கண்டிக்கவோ செய்யாமல் வெறுமனே கவனியுங்கள். அப்படி நோக்கும்போது, உங்களது அந்தக் கோபம், உங்களது வன்முறை என்பது வேறொன்றுமில்லை; நீங்கள்தான் என்பதை உணர்வீர்கள். நீங்கள் இல்லாமல், உங்கள் தன்முனைப்பு இல்லாமல் அதனால் தனித்து வாழ இயலாது. தன்முனைப்பு என்ற இந்த மையத்திலிருந்தே அனைத்து எண்ணங்களும் உருவாகின்றன. அந்த தன்முனைப்பில் தான் நினைவுகள் சேமிக்கப்படுகின்றன. நமக்குத் தேவையான நினைவுகள், அதாவது தினசரி நடைமுறை வாழ்க்கைக்கு தேவையான நினைவுகள் அல்ல அவை. இல்லத்திற்குச் செல்லும் வழியை, அஞ்சலகம் செல்லும் வழியைக் காட்டும் நினைவுகள் அல்ல. நாம் பட்ட காயங்களின், இழிவுகளின், மனம் சார்ந்த நினைவுகள். மிகக்கவனமாக நாம் பேணிக்காத்த, வளர அனுமதித்த நினைவுகள். இவைதான் வன்முறை, வன்முறைக்குக் காரணம். இவைதான் துயரத்தைக் கொணர்கின்றன.''

வேறொன்றையும் இங்கு கவனிக்க வேண்டும்: நீங்கள் எதிர்வினை ஆற்றுகிறீர்கள்; ஆத்திரத்தில் பதில் நடவடிக்கையில் இறங்குகிறீர்கள் என்று வைத்துக் கொள்வோம்; அப்போது, நடந்த இழிவான செயலுக்கும் அதற்கான எதிர்வினைக்கும் இடையில் கால இடைவெளி இருக்கும். அந்த இடைவெளியே காலம்; அந்த

நேரத்தில் நினைவு உயிர்ப்புடன் வைக்கப்படுகிறது. மீண்டும் சொல்வதானால், அந்த நினைவு வேறொன்றுமல்ல, தன் முனைப்பே. அதுதான் மையம், அதுவே சுயம். வன்முறை பிறக்கிறது, மீண்டும் பிறக்கிறது. எண்ணம் மற்றும் காலம் ஆகியவற்றின் மூலம் அதற்கு ஆற்றலும், வலிமையும் அளிக்கப்படுகிறது.

நாம் மன்னிப்பு அளிக்கும்போது, காயம் பட்ட நேரத்திற்கும் மன்னிக்கப்படும் நேரத்திற்கும் இடையில், ஒரு கால இடைவெளி கடந்து செல்ல அனுமதிக்கிறோம். அந்த இடைவெளியில் வெறுப்பு குவிக்கப்படுகிறது. அதுவும் நினைவுதான். இந்தக் குவியல்தான் துயரத்தின் காரணம். பிரச்சனையின் தொடக்கம்.

நாம் வெளிப்படுத்தும் ஆத்திரத்தின் நோக்கம் மெய்யான தல்ல. கிருஷ்ணமூர்த்தி போன்றவர்கள் சுட்டிக்காட்டாத வரையில் நாம் இதனைப் புரிந்து கொள்வதில்லை. ஏனெனில் காலம் மாற்றத்தைக் கொணர்கிறது. நாம் எவர்மீது ஆத்திரப்படுகிறோமோ, அவர் உண்மையில் ஒரு நினைவே. கடந்த காலத்திலிருந்து பெறப்படும் ஓர் உருவம். நாமும்கூட, கடந்த காலத்திலிருந்து பெறப்படும் பிம்பங்கள்தான். ஒன்றோடொன்று மோதிக் கொள்ளும் இரண்டு பிம்பங்கள்தான் நாம். நாம் மெய்யானவர்கள் அல்ல. வன்முறை மட்டுமே உயிருடன் இருக்கிறது. முழு ஆற்றலுடன் இருக்கிறது. மேலும் அதிகமான வன்முறையை அது உருவாக்குகிறது. மேலும். அதிகமான தன்முனைப்பையும் உருவாக்குகிறது. எப்போதும் தன்னை அது வலிமைப்படுத்திக் கொண்டே இருக்கிறது. உயிர்ப்பைத் தேடிக்கொண்டே இருக்கிறது. ஆகவே, தன்முனைப்புதான் வன்முறையைக் கொணர்கிறது. தனிமனிதர்களின் அல்லது தேசங்களின் அல்லது இவற்றை பிரதிநிதித்துவப்படுத்தும் அடையாளங்களின் தன்முனைப்பு.

தேசத்தை, அதன் கொடியை, அதன் கடந்தகாலத்தைப் போற்றும் தேசப்பற்று என்பதுகூட, அடையாளப்படுத்தல் விளைவால் எழும் தன்முனைப்பே தவிர வேறொன்றுமில்லை. நான், என்னை, என் நாட்டுடனும், தேசத்துடனும், எனது தலைவர்களுடனும், எனது வரலாற்றுடனும், எனது கொடியுடனும் அடையாளப்படுத்திக் கொள்கிறேன். இதற்காக நான் உயிரைக் கொடுக்கவும் மற்றவரைக் கொல்லவும் தயார். யுத்தம் செய்யவும், கொலை செய்யவும், இரத்தம் சிந்தவும் தயார். இந்த விஷயங்களிலிருக்கும் உண்மையை ஒருவர் உற்று நோக்க முடிந்தால், இதைச் சார்ந்த வன்முறையை ஒருவர் உணர முடியும்.

அப்படி உற்று நோக்கும்போது ஏதாவது நிகழக்கூடும். ஒருவேளை வன்முறையின் முடிவுக்கே அது வழிவகுக்கலாம். இது ஒரு கொள்கையல்ல. வேறொருவர் உங்களுக்கு அளிக்கும் கோட்பாடும் அல்ல. நீங்கள்தான் இதனைச் செய்ய வேண்டும். உங்களுக்காக மற்றவர் செயல்பட முடியாது. அதன் மூலாதாரத்தை, நீங்கள் மட்டுமே உங்களுக்குள் விடாமுயற்சியுடன் தேட வேண்டும்.

வன்முறைக்குப் பல்வேறு காரணங்கள் இருக்கின்றன. வன்முறையின் முடிவிற்கு அச்செயல் உதவாது என்றாலும், இக்காரணங்களுக்குள் புகுந்து ஒருவர் தேடிப்பார்க்கலாம். கிருஷ்ணமூர்த்தி, ''வன்முறை ஒழிய வேண்டுமெனில், அது மனிதனின் மனதில் ஒழிய வேண்டும்'' என்றார்.

ஒருமுறை தன் மகனை இழந்த பெண்மணி, தேம்பி அழுதுகொண்டே ஆறுதலைத் தேடி இவரிடம் வந்தார். கொள்கைகள், உறுதிமொழிகளைக் கூறி அவரைத் தேற்றுவதற்கு இவர் முயலவில்லை. அப்பெண்மணியை மாயைகளுக்கு அவை இட்டுச் சென்றிருக்கலாம். அவர் அப்பெண்மணியிடம் உலகில் யுத்தங்கள் முடிவிற்கு வரும்வரையில் துயரத்திற்கு முடிவே இல்லை என்றார். இந்த உலகில் யுத்தங்களையும், வன்முறை யையும் முடிவுக்குக் கொண்டுவர அவரது வாழ்க்கை முழுவதையும், ஆற்றலனைத்தையும் அர்ப்பணிக்கத் தயாரா என்று அப்பெண்மணியிடம் கேட்டார்.

16

இந்தியா, 1947ஆம் ஆண்டு ஆகஸ்ட் 15ஆம் நாள் விடுதலை பெற்றது. இரண்டு மாதங்கள் கழித்து, பத்தாண்டுகள் இடைவெளிக்குப் பின், அவர் இந்தியாவிற்கு வந்தார். இத்தனை ஆண்டுகளாக, ஓஜாய் நகரில் அவருக்குக் கிடைத்த தனிமையும், அமைதியும், மௌனமும், இரவும் பகலும் செய்த தியானமும் அந்த மனிதருக்குள் பெரும் மாற்றத்தை ஏற்படுத்தியிருந்தன. நெற்றிப் பொட்டருகில் நரையோடி விட்டது. இப்போதும் அவர் அசாதாரண அழகுடன் காணப்பட்டார். அவரது கண்கள், ஆழ்ந்த, விசாலமான, எல்லைகளற்ற, தேசங்கள் கடந்த பார்வையைக் கொண்டிருந்தன.

இந்தியா தனது விடுதலையை, பெருமளவில் அகிம்சையின் மூலம், மகாத்மா காந்தியின் தலைமையில் வென்றது. 'முனிவர் ஆவதற்குக் கடினமாக உழைக்கும் ஓர் அரசியல்வாதி' என்று

அவரைப் பற்றி கிருஷ்ணா கூறியிருந்தார். காந்தி கூறிய உண்மையும், அகிம்சையும் பெரும்பாலான மனிதர்களுக்கு எழுச்சியூட்டியது. ஆனால், அது தவறாகப் புரிந்து கொள்ளப்பட்டு சிதைவுற்றது. விடுதலை, பயங்கரமான பின்விளைவுகளைக் கொண்டு வந்தது. குருதி சிந்துதலும், கற்பழிப்பும், கொள்ளையும், சூறையாடலும் படுகொலையும் பிரிவினையைத் தொடர்ந்தன. மிகப்பெரிய மக்கள் திரளொன்றின் வேர்கள் அவர்களின் வாழ்விடங்களிலிருந்து பிடுங்கப்பட்டன. புதிய தேசத்தில் தங்களுக்கான வாழ்வைத் தேடி அவர்கள் வெளியேறினர். எங்கு பார்த்தாலும் அகதிகள். தங்களுக்கும் தங்களது குடும்பத்தினருக்கும் நடந்ததை எண்ணி, கண்ணுற்ற பயங்கரமான காட்சிகளின் திகைப்பில், அதிர்ச்சியில் அவர்கள் அலைந்தனர்.

கிருஷ்ணமூர்த்தியின் சொந்த வாழ்க்கையிலும் முடிவொன்றும் தொடக்கமொன்றும் நிகழ்ந்தது. இதுவரையிலும், கிருஷ்ண மூர்த்தியின் தனிப்பட்ட தேவைகளையும், அனைத்து காரியங் களையும் இராஜகோபாலே கவனித்து வந்தார். கிருஷ்ணமூர்த்தியும் நிம்மதியாக, தினசரி வாழ்க்கையின் அற்பத் தொந்தரவுகளில் சிக்காமல் இருந்தார். நடைமுறை விஷயங்களில் தன்னை விரிவாக ஈடுபடுத்திக் கொள்வதை கிருஷ்ணமூர்த்தி மிகவும் விரும்பாதவர். இராஜகோபால் ஒரு சிறந்த மேலாளர். திறமையுடன், மிகுந்த சிரத்தையுடன் காரியமாற்றுபவர். அதே அளவிற்கு ரோஸலினுடைய பங்களிப்பும் கிருஷ்ணாவிற்கு தவிர்க்க முடியாததாக அமைந்தது. நோய்வாய்ப்பட்டு அவர் வீழ்ந்த போதெல்லாம் பல நாட்கள் அவரைக் கவனித்துக் கொண்டார். அவருடைய பலவீன உடலுக்கான தேவைகளை செவிலியாக அக்கறையுடன் கவனித்துக் கொண்டார். ஆகவே, இயல்பாகவே கிருஷ்ணமூர்த்தி, அவரையும் ரோஸலினையும் சார்ந்து இருக்க வேண்டியதாயிற்று. அனைத்து விஷயங்களையும் அவர் இராஜகோபாலின் திறமையான கரங்களில் ஒப்படைத்து விட்டார். இராஜகோபால் இவரது உரைகளுக்கான ஏற்பாடுகளை, கூட்டத்திற்கு வரும் அதிக எண்ணிக்கையிலான மக்களுக்கான தேவைகளைக் கவனித்துக் கொண்டார். வரவு, செலவுகளுக்கும் கணக்கு அவர் கையில்தான். எவ்வகையிலும் இவை எளிதான செயலன்று. ஆனால், அவர் இவற்றைத் திறம்படச் செய்தார். இந்தச் செயல்களால், சில அதிகாரங்கள் அவர் கைக்கு வந்தன என்பதில் வியப்பில்லை. எளிதில் கேள்வி கேட்கமுடியாத அதிகார நிலையில் அவர் இருந்தார்.

ஆனால், இராஜகோபாலின் அதிகாரத்தைக் கேள்வி கேட்கும் நேரமொன்றும் வந்தது. அவ்வாறு கேள்வி கேட்டவர்கள், கிருஷ்ணமூர்த்தியின் புதிய இளம் நண்பர்கள். நடந்த விஷயங்களில் அவர்களுக்குத் திருப்தி இல்லை. அவர்களில் பலர் செல்வந்தர்கள். அவர்களிடமிருந்து நன்கொடைகள் குவிந்தன. அவர்கள், அறிவும், உலக நடப்புகள் குறித்த புரிதலும் கொண்டவர்கள். உலகெங்கிலும் கிருஷ்ணமூர்த்தியின் பணிகள் தடைபடாமல் நடக்க வேண்டும் என்பதற்காக அந்த நன்கொடைகள் அளிக்கப்பட்டன. அளிக்கும் நன்கொடைக்கு பொறுப்பான பதில்களை நன்கொடையாளர்கள் கேட்பதும் இயல்பே. இராஜகோபால் விஷயங்களைக் கையாளும் முறை குறித்து அவர்கள் கேள்விகள் கேட்டனர். எல்லாவற்றையும் தன் கையில் வைத்துக்கொண்டு ஒரு சர்வாதிகாரி போல அவர் நடந்துகொள்வதாகக் கூறினர்.

காட்சியை புதிய வெளிச்சத்தில் கிருஷ்ணமூர்த்தி பார்க்க நேர்ந்தது. அவரும் இராஜகோபாலை அணுகி விவரங்களைக் கேட்டார். கணக்கு வழக்குகளை கிருஷ்ணமூர்த்தி அறக்கட்டளை அறங்காவலர் குழுவின்முன் சமர்ப்பிக்கும்படிக் கோரினார். அந்த அறக்கட்டளை, கிருஷ்ணமூர்த்தியின் உரைகளின் வெளியீடுகள், அவரது உரைகளின் பதிவுகள், வீடியோக்கள் ஆகியவற்றின் விற்பனையைக் கவனித்துக்கொள்ள உருவாக்கப்பட்டது. இவ்வளவு நாட்களும் இவற்றை நிர்வகித்து வந்த இராஜ கோபாலுக்கு, அவருக்குப் புரியாத, ஆர்வமில்லாத விஷயத்தில் கிருஷ்ணமூர்த்தி இப்போது ஏன் நுழைகிறார் என்பது புரியவில்லை. அவர் மீது வைக்கப்பட்ட புதிய கோரிக்கைகளுக்கு அவர் பணிய மறுத்தார்.

நீண்டநாள் நண்பரும் சகாவுமான இராஜகோபாலுக்கும் தனக்குமிடையில் பிளவு ஏற்படக் காரணமாக இருக்க கிருஷ்ண மூர்த்தி விரும்பவில்லை. அவர் எப்போதும் இராஜகோபாலை நம்பினார். விஷயங்களை ஏன் அப்படியே விட்டுவிடக் கூடாது? ஆனால், இராஜகோபால் அவருக்காக நிர்வகித்து வந்த நிதி, அவருக்குச் சொந்தமானது இல்லை. அவை ஒரு குறிப்பிட்ட நோக்கத்திற்காக அளிக்கப்பட்டவை. அவற்றின் மீது இராஜ கோபாலுக்கு எந்த அதிகாரமும் இல்லை. குறிப்பாக, வெளியீடு களுக்கான உரிமை குறித்த பிரச்சனைகள் உறுத்தலானவை. கிருஷ்ணமூர்த்தியின் எழுத்துகள், உரைகளுக்கான உரிமைகள் அனைத்தும் இராஜகோபால் வசமிருந்தன. அவரது படைப்புகளை உரைகளை வெளியிடும் விஷயங்களில் கிருஷ்ணமூர்த்தியால் தலையிட முடியாது.

ஜிட்டு கிருஷ்ணமூர்த்தி

தொடர்ந்து வந்த நாட்கள் விரும்பத் தகாதவை. அவருக்கும் இராஜகோபாலுக்கும் இடையில் ஏற்பட்ட தவிர்க்க முடியாத பிளவைச் சரி செய்வதற்கு கிருஷ்ணமூர்த்தி செய்த தொடர்ச்சியான முயற்சிகள் எவ்விதப் பலனையும் தரவில்லை. கசப்பும் ஆத்திரமும் தான் மிச்சமாகின. முற்றாக, பிரிவைத் தவிர்க்க முடியவில்லை. பழைய அமைப்பிற்கு முற்றுப்புள்ளி வைக்கப்பட்டது. புதிய அமைப்பொன்று பிறந்தது: கிருஷ்ணமூர்த்தி அறக்கட்டளை (இலண்டன், இங்கிலாந்து). அதன் தலைவர் கிருஷ்ணமூர்த்தி.

முந்தைய அமைப்பிலிருந்து தன்னை முற்றிலும் விலக்கிக் கொண்டதாக கிருஷ்ணமூர்த்தி உலகிற்கு அறிவித்தார். அதனுடைய சொத்துகளிலிருந்தும், அவருடைய படைப்புகள், உரைகளுக்கான பதிப்புரிமைகளில் இருந்தும் விலகிக் கொண்டார். அவரது போதனைகளைச் சார்ந்து பணியாற்ற விரும்புவோர், இனி புதிய அறக்கட்டளையை ஆதரிக்கலாம் என்றும் அவர் அறிவித்தார். கிருஷ்ணமூர்த்தி அறக்கட்டளைப் பணிகளில் ஒன்றாக இங்கிலாந்தில் ஒரு பள்ளிக்கூடம் தொடங்குவதும் இருந்தது.

பள்ளிக்கூடம் பற்றிய அறிவிப்பு அவரது நண்பர்கள் மத்தியில் வியப்பை உண்டாக்கியது. நிதிப் பற்றாக்குறை நிலவிய நேரமது. இந்த நிலையில் பள்ளிக்கூடம் எப்படித் தொடங்கமுடியும் என்பது அவர்களுக்கு விளங்கவில்லை. ஆனால், கிருஷ்ணமூர்த்தி புதிய பள்ளி திறக்கும் தனது திட்டத்திலிருந்து பின்வாங்கவில்லை. கெண்ட் பகுதியில் ஒரு பெரிய பழைய வீடு விலைக்கு வாங்கப்பட்டது. அது மோசமான நிலையில் இருந்தது. சீரமைப்பு வேலைகள் அதிகம் இருந்தன. ஆனால், இடம் பெரியது. சுற்றிலும் மரங்கள். பழமையான மரங்களும் ஏராளம் இருந்தன. தோட்டம் அமைப்பதற்கும் போதிய இடம் இருந்தது. பின்புலத்தில் அசாதாரண அழகுடன் மலைகள். ஒருவருக்கு வேறு என்ன வேண்டும்? இயற்கையழகு மிளிரும் இடத்தில்தான் பள்ளிகள் அமைக்கப்பட வேண்டும். அழகிய சூழலில் குழந்தைகள் வளரவேண்டும். சுதந்திரமாக அவர்கள் வளர்வதற்குத் தேவையான இடம் வேண்டும். ப்ராக்வுட் பார்க் அத்தகைய பள்ளியாக உருவாகப் போகிறது.

கிருஷ்ணமூர்த்தி இந்தியாவில் பயணம் செய்து கொண்டிருந்தார். சிறியதும் பெரிதுமான கூட்டங்களில் உரையாற்றினார். அங்கே அவரது புதிய நண்பர்கள் பள்ளியின் திறப்பு விழாவிற்கு உறுதியுடன் வேலை செய்தனர். சுத்தம் செய்வது, தேய்ப்பது, வண்ணம் பூசுவது போன்ற வேலைகளை

அவர்களே எடுத்துச் செய்தனர். ப்ராக்வுட் பார்க் பள்ளி திறக்கப்பட்டபோது பெரும் உற்சாகம் கரைபுரண்டோடியது. திருமதி.டோரதி சிம்மன்ஸ் அதன் தலைமை ஆசிரியையாக அமர்ந்தார்.

அந்தப் பள்ளி, மேனிலைப் பள்ளியாகத் தொடர்ந்து இயங்கி வருகிறது. கிருஷ்ணமூர்த்தி தொடங்கிய பல பள்ளிகளில் இதுவும் ஒன்று. இளைஞர்கள் வளர்வதற்கான இடமும், நேரமும் அங்கே உண்டு. அவர்களின் தேடல்களுக்கும், கண்டுபிடிப்புகளுக்கும், கேள்வி கேட்பதற்கும் உரிய இடமாக அது இருந்தது. இந்தப் பள்ளிகள், 'கிருஷ்ணமூர்த்தி பள்ளிகள்' என்றே பெரும்பாலும் அழைக்கப்படுகின்றன. அச்சுறுத்தலின் வழியாக இங்கே எவரும் கற்பதில்லை; போட்டி என்ற வன்முறை மூலமாகவும் இல்லை; இரண்டாந்தர தகவல் குவியலின் வழியாகவும் இல்லை. அவ்வாறு கற்பது, கற்றல் இல்லை என்பார் கிருஷ்ணமூர்த்தி. சுய தேடலும், சுயமாகத் தேடிக்கொண்ட அறிவு மட்டுமே உண்மையான கற்றல். அதை மற்றவர்களால் கொடுக்க முடியாது. மலர்தலின் மூலமே மாணாக்கன் விழிப்படைகிறான். அந்த விழிப்பின் வழியே கற்றல் நிகழ்கிறது. அதுவே உண்மையான கற்றல். அந்த விழிப்பு கட்டாயப்படுத்தல் மூலம் வருவதில்லை. வற்புறுத்தலும், அச்சமும் இருக்கும்போது, கண்டறிதலுக்குத் தேவையான சுதந்திரத்தை மனம் பெறாதபோது, மலர்தல் நிகழாது. கற்றுக்கொள்பவர் மற்றவரை சார்ந்திருக்கும்போதோ, ஆதரவைத் தேடும்போதோ மலர்தல் நிகழாது. ஏதோ ஒரு நம்பிக்கையால், கொள்கையால், வறட்டுக் கோட்பாட்டால் மனம் இழுக்கப்படும் போதும் மலர்தல் நிகழாது என்பார் அவர்.

வெற்றிக்காக, வெகுமதிக்காக, மனநிறைவிற்காக மனம் வேண்டும்போதும் முயலும்போதும் அங்கே உண்மையான கற்றல் நிகழாது. உண்மையான கற்றல் என்பது புரிந்து கொள்ளல். கற்றுக்கொள்ளும் மனம் உயிர்ப்புடன் இருக்கும். எல்லைகளற்றது அது. அச்சமில்லாதது. அதனைச் சமயம் சார்ந்த மனம் என்று கிருஷ்ணமூர்த்தி குறிப்பிடுகிறார். சமயம் என்றவுடன் அது கோவிலையோ, சர்ச் அல்லது மசூதியையோ குறிப்பது அல்ல. ஏதோ ஒரு குழுவையோ, வேறொன்றையோ சார்ந்ததும் அல்ல. காலம் தோறும் தொடர்ந்து வரும் பாரம்பரியம் தந்த சிந்தனைகளின் மீதான நம்பிக்கையும் அல்ல. நம்பிக்கைக்கும், சமயம் சார்ந்த மனதிற்கும் எவ்விதத் தொடர்புமில்லை. சுயத்தை மையப்படுத்தும் முயற்சியுடன் தொடர்புடையது. அடைய வேண்டிய

இலக்குகளுடன், தேடிச் செல்லவேண்டிய இலட்சியங்களுடன் தொடர்புடையது. இலக்கு, தெளிவு பெறுவதைத் தடுக்கிறது. ஆனால், மாணாக்கனின் மனம் விழிப்புறும்போது, அங்கே மெய்யான உண்மை பற்றிய, இறைவன் பற்றிய உடனடிப் பார்வை கிடைக்கிறது. இந்தப் பார்வையால் அனைத்து விஷயங்களும் புரிந்து கொள்ளப்படுகின்றன. சமயம் என்பதின் தொடக்கமாக அது இருக்கலாமல்லவா?

17

ஆசிரியர்களிடம் பேசுவதற்கு கிருஷ்ணமூர்த்தி என்றைக்குமே சலிப்பு கொண்டதில்லை. மதிநுட்பம் நிறைந்த ஆசிரியர்களும், அவர்களுக்கு அதனை வெளிக்கொணரும் உணர்வுநிலையும் இருந்தால் உண்மையான கற்றல் அங்கே நிகழும். ஆசிரியர்களின் மனம் வன்முறையற்றதாக, பேராவல் அற்றதாக இருக்க வேண்டும். போட்டி என்பதே, வன்முறையும் பேராவலும் தானே. போட்டியின் மூலம் செயலூக்கம் தரப்படும் மாணவன் கற்றுக் கொள்வதில்லை; அல்லது அவ்வழியின் மூலம் அவனால் கற்றுக் கொள்ளவும் முடியாது. வெற்றியை அடைவதற்கு மட்டுமே அவனுக்கு சொல்லித்தரப்படுகிறது. வெற்றிக்கான வழியைக் குறித்து எவ்விதமான அறிவுறுத்தலும் தரப்படுவதில்லை. கற்றல், உண்மையான கற்றல் என்பது, முடிவை மட்டும் நோக்கமாகக் கொண்டதல்ல. அந்த முடிவை அடைவதற்கான வழியைச் சொல்லித் தருவது. உண்மையான கற்றல் என்பது ஒரு முழுமையான விஷயம். குறுகிய இடத்தில் அது அடைபட்டுவிடக் கூடாது.

எல்லைகளோ, வரம்புகளோ அதற்கு இல்லை. ஆய்ந்தறிவதும் மற்றும் கண்டுபிடிப்புகளுமே கற்றலாகும். புதியதைத் தெரிந்து கொள்வதும், அறியாத ஒன்றில் தடம் பதிப்பதும் ஆகும். அதனைப் பற்றி ஆராய்ந்தறிவதற்காக, அறியாத ஒன்றில் தடம் பதிக்கும் ஒருவனுக்கு இந்த பிரபஞ்சமும் அதற்கு அப்பாலிருப்பவையும் தம்மைத் திறந்து காட்டும். ஆனால், அத்தகைய கற்றலை ஒரு மாணவனுக்குள் கொண்டுவர எண்ணும் மனம், எல்லைகளும் வரையறைகளும் அற்றதாக இருக்க வேண்டும். அச்சமென்பதை அறியாத மனதாக இருக்க வேண்டும். அறியாத ஒன்றைத் தேடும் சாகசத்திற்கு முனைவதாக இருக்க வேண்டும். ஓர் ஆசிரியர் தன்னைச் சுற்றியுள்ள விஷயங்கள் மீது கவனம் செலுத்த வேண்டும். அவரது சூழலுணர்வு வளரும்போது மனதின் விழிப்புநிலையை

அவர் புரிந்து கொள்வார். இதிலிருந்தே எண்ணம் எழுகிறது. அதன்பின் எண்ணம் என்பது என்ன என்ற புரிதல் அதனைத் தொடரக்கூடும். அப்படியெனில், அங்கே மாணவன், ஆசிரியருக்கு இடையிலான உறவு முழுவதிலும் மாற்றம் ஏற்படுமா? யார் அதிகாரம் மிக்கவர் என்பதற்கான உரிமை கோரல் அங்கு இருக்காது: யார் பெரியவர், யார் சிறியவர் என்ற உணர்வு இல்லாது போய்விடும்; அங்கே முற்றிலும் வேறுபட்ட வாழ்க்கை முறை உருவாகக் கூடுமோ?

இன்றைக்கு பள்ளிகளில் அளிக்கப்படும் கல்வி, பாடத் திட்டம் சார்ந்த கல்விமுறையை அடிப்படையாகக் கொண்டது. அறிவைப் பெறுவது குறித்தே அது கவலைப்படுகிறது. அதுவே அடைய வேண்டிய குறிக்கோள் என்று கூறுகிறது. ஆனால், கல்விமுறையும், அறிவைப் பெறுதலும் வாழ்வின் ஒரு சிறுபகுதியே. மாணவனுக்கும், ஏன் ஆசிரியருக்கும் முக்கியமானது வேறொன்றிருக்கிறது. நாம் வாழ்க்கை என்றழைக்கும் ஒன்றைப் புரிந்து கொள்ளல்; அனைத்துப் பொருட்களையும் அறிதல்; உணர்வுநிலை என்றால் என்ன என்பதை அறிதல். அத்தகைய கல்வி, ''நீ பிறக்கும் தருணத்திலிருந்து இறக்கும் தருணம் வரை நீள்கிறது; அதற்கும் அப்பாலும்கூட. வாழ்க்கை என்பது பரந்தகன்ற சிக்கல் நிறைந்த ஒரு தொகுப்பு. ஒரு வீட்டில் அனைத்தும் ஒரே நேரத்தில் உடனடியாக நடப்பது போன்றது. நீங்கள் அன்பு செலுத்துகிறீர்கள். நீங்கள் வெறுக்கிறீர்கள். நீங்கள் பேராசை கொண்டவர், வெறுப்பைச் சுமப்பவர். அதேநேரத்தில் அப்படி இருக்கக் கூடாதென்று நினைப்பவர். நீங்கள் பேராவல் கொண்டவராக இருக்கிறீர்கள். அப்போது அதிக ஆர்வத்தின் விளைவால் பதட்டம் ஏற்படுகிறது. விரக்தி அல்லது வெற்றி மனநிலை அங்கே உருவாகிறது. அதன் விளைவால் அச்சமும் இரக்கமின்மையும் எழுகின்றன உடனடியாகவோ அல்லது சற்றுத் தாமதமாகவோ, இவை அனைத்தும் பயனற்றவை என்ற உணர்வும் எழும்.''

''இவற்றுடன் யுத்தத்தின் கொடூரங்களும், மிருகத்தனங்களும் இருக்கின்றன. அச்சுறுத்தல் மூலம் உருவாக்கப்படும் அமைதியும் இருக்கின்றது. யுத்தத்தை ஆதரிக்கும் தேசப்பற்றும், இறைமையும் இருக்கின்றன. வாழ்க்கைச் சாலையின் இறுதியில் சாவு காத்திருக்கிறது அல்லது சாலையில் செல்லும்போதே அது நிகழலாம். அமைப்புரீதியாகச் செயல்படும் மதங்களுக்கு இடையிலான மாறுபட்ட நம்பிக்கைகள் மற்றும் சச்சரவுகளின்

ஊடே கடவுளைத் தேடுவதும் நடக்கிறது. ஒரு வேலையைப் பெறுவதற்கும் அதனை இழந்துவிடாமல் காப்பாற்றிக் கொள்ளவும் போராட்டம் நடக்கிறது; அப்புறம் திருமணம், குழந்தைகள், நோய், சமூகம் மற்றும் அரசின் ஆதிக்கம் போன்றவை இருக்கின்றன. இவையனைத்தும், மேலும் சிலவற்றையும் கொண்டதே வாழ்க்கை. இந்தக் குளறுபடியில் நீங்கள் வீசப்படுகிறீர்கள். பொதுவாக, நீங்கள், அதில் மூழ்கிப்போவீர்கள்; துன்பத்தில் மாட்டி தொலைந்து போவீர்கள். ஒருவேளை தப்பித்து அந்தக் குப்பையின் மேலேறி வந்தாலும் அப்போதும் நீங்கள் அந்தக் குழப்பத்தின் ஒருபகுதியே. இதைத்தான் நாம் வாழ்க்கை என்று அழைக்கிறோம். என்றைக்கும் தீராத போராட்டமும் துயரமும், எப்போதாவது வந்து விழும் சிறிய சந்தோஷமும்.''

கிருஷ்ணமூர்த்தி கேட்கிறார், ''இப்போது சொல்லுங்கள், பள்ளிக்கூடச் சிறுவனுக்கு இதனை யார் சொல்லித் தருவார்கள்? இலட்சியத்தால், புகழின் பேரிலிருக்கும் ஆசையால், வெற்றி மீதுள்ள விருப்பத்தால், இவற்றுடன் பிணைந்திருக்கும் அத்தனை விரக்திகளாலும் துயரங்களாலும் சூழப்பட்ட அந்தச் சிறுவன் இதனை எப்படி கற்றுக் கொள்வான்?''

பள்ளிகளுக்குச் செல்லும்போதெல்லாம், மாணவர்களிடமும் ஆசிரியர்களிடமும் கிருஷ்ணமூர்த்தி தவறாமல் பேசுவார். குழந்தைகள் கேட்கும் கேள்விகளுக்குப் பதிலிறுப்பார். அல்லது அந்த இளம் மனங்களை கேள்விகள் கேட்கத் தூண்டுவார். அவற்றிற்கான விடைகளையும் அவர்களே தேடும்படி செய்வார். எப்போதும் ஒரு விஷயத்தை அவர் தெளிவுபடுத்தி விடுவார்: சற்றே உயரமாக அமைக்கப்பட்டுள்ள மேடையில் தான் அமர்ந்திருப்பது தனக்கிருக்கும் அதிகாரத்தால் அல்ல; மற்றவர்களைவிட தான் அதிக அறிவுள்ளவன் என்பதாலும் அல்ல; அனைவரையும் பார்க்கவும், அவர்களுடன் பேசவும் வசதியானதாக அவ்விடம் இருக்கிறது என்பதால் மட்டுமே. அதுபோல் வேறொன்றையும் அவர் எப்போதும் வலியுறுத்துவார்: அவர் பேசுவது ஒரு சொற்பொழிவன்று; அவை பின்பற்ற வேண்டிய விதிகளின் தொகுப்புமன்று; அது ஒரு விவாதம். அவரும் மாணவர்களும் கூடிப் பேசுகிறார்கள்; கற்றுக்கொள்கிறார்கள்; ஒன்றாகத் தேடுகிறார்கள்.

மாணவர்களிடம் பல விஷயங்கள் குறித்தும் அவர் பேசுவார். எடுத்துக்காட்டாக, அதிகாரம் பற்றியும், தேசியம் மற்றும் தேசப்பற்று குறித்தும். அதிகாரம் தன்னுடன் அச்சத்தையும் கொண்டு வருகிறது என்று அந்த இளைஞர்களிடம் அவர் கூறுவார். பணிந்து

போதலை அவர் கேள்விக்கு உட்படுத்துவார். அறிவாளிகள் என்று கூறப்படுவோர்முன் தலைகுனிந்து வணங்க வேண்டும் என்ற சிந்தனையையும் கேள்வி கேட்பார். கொடியைப் போற்றி வழிபடுவதையும் விமர்சிப்பார்; தேசப்பற்று என்றால் என்ன என்று அவர்களைக் கேட்பார். ''நீங்கள் உங்கள் தேசத்தின்மீது அன்பு கொண்டிருக்கிறீர்கள்! அதன் பொருள் உங்கள் அண்டை நாட்டை நீங்கள் வெறுக்கிறீர்கள் என்பதா? எதற்கு யுத்தத்தைப் பெருமைக்குரியதாகக் கருதுகிறீர்கள்?'' என்று அவர்களைக் கேட்பார். போரில் வெற்றி பெற்றவர் எவராவது, என்றாவது உண்டா? யுத்தம் என்பது அனைவருக்குமான வேதனை மற்றும் துயரம் என்பதைத் தவிர்த்து வேறென்ன? நமக்குள் உறைந்திருக்கும் கோபங்களை, பழிவாங்கும் உணர்வுகளை நாம் உணராமல் இருக்கலாமா? உங்களைச் சுற்றி நடப்பவற்றைக் கவனியுங்கள். இந்த உலகின் அழகை, அத்துடன் அதன் கோரத்தையும் பாருங்கள் என்பார். பறவைகள் எழுப்பும் ஒலிகளைக் கேளுங்கள்; இயற்கையின் எண்ணற்ற அற்புதங்களைக் கண்டு களியுங்கள்; சுற்றியிருக்கும் விஷயங்களைக் கூர்ந்து கவனியுங்கள்: மலரும் பூ, உதிரும் இலை, பூச்சியின் மெல்லிய, ஒளி ஊடுருவும் சிறகுகள், கொடிய நச்சுத்தன்மை கொண்ட தேளின் வளைந்த கொடுக்கு, இவற்றைப் பார்த்து வியப்புறுங்கள் என்பார்.

உலக வரலாற்றைக் குறித்தும் அவர்களிடம் அவர் பேசுவார். மனித மனங்களும், அவன் கைகளும் இணைந்து உருவாக்கிய அற்புதமான படைப்புகள் குறித்தும், இனிமேல் அவன் படைக்க இருப்பவை குறித்தும் பேசுவார். மானுடத் துயருக்கு முடிவே இல்லை. வன்முறையும் தீச்செயல்களும் தொடர்ந்து கொண்டே இருக்கின்றன. பெருகி வருகின்றன. அதிகப்படியான மிருகத் தனத்துடன் சுற்றுப்புறச் சூழல் அழிக்கப்படுகிறது. தொழில்நுட்ப முன்னேற்றம் மானுடத்திற்கு மகிழ்ச்சியைக் கொண்டுவரவில்லை. ஆனால், கொடிய, மிகக் கொடிய யுத்தங்களைத் தான் தந்திருக் கிறது. நாம் பெற்றிருக்கும் அறிவுத் திறனையும், சாதனைகளையும் ஒப்பிட்டுப் பார்க்கையில், அச்சத்திலிருந்தும், பாதுகாப்பற்ற சூழலிலிருந்தும் இன்றளவும் நாம் விடுதலை பெறவில்லை. நம்மைச் சுற்றி நாம் காண்பதெல்லாம், அச்சுறுத்தும் வறுமையும், துயரமும், பிரச்சனைகளில் இருந்து தப்பிக்கச் செய்யும் எண்ணிக்கை யற்ற முயற்சிகளுமே என்று கூறுவார்.

''அரசியல் தீர்வுகள், நிறுவன வழிமுறைகள், பொருளாதார மறுசீரமைப்புகள், பல்வேறு சீர்திருத்தங்கள் ஆகியன நமது

பிரச்சனைகளுக்குத் தீர்வாக அமையா. மானுட வாழ்வைச் சார்ந்து எழும் சிக்கலான இடர்பாடுகளை அவை தீர்க்கமாட்டா'' என்றார் அவர். ''அவை தற்காலிக நிவாரணத்தைத் தரக்கூடும். மனித வாழ்வின் ஒட்டுமொத்தச் சிக்கல்களையும் புரிந்து கொள்ளாமல், வெறுமனே சீர்திருத்தங்களில் ஈடுபடுவது சரியல்ல. அடுத்தடுத்த சிர்திருத்தங் களுக்கான குழப்பமான கோரிக்கைகளைத்தான் அவை உருவாக்கும். சீர்திருத்தம் என்பதற்கு முடிவே இல்லை; இந்த முறைகளில் அடிப்படைத் தீர்வு கிட்டாது.''

''உலகப் பிரச்சனைகளின் தீர்விற்கு நாம் அறிவைத்தான் சார்ந்திருக்கிறோம். ஆனால், அறிவு என்பது வரம்பிற்குட்பட்டது. அதனை அடிப்படையாகக் கொண்ட எண்ணமும் வரம்பிற் குட்பட்டதே. ஒவ்வொரு நாளும் புதிய விஷயங்கள் கண்டு பிடிக்கப்படுகின்றன. அனைத்து கண்டுபிடிப்புகளும், புத்தாக்கங் களும், எவ்வளவுதான் அற்புதமானவையாக இருப்பினும், அவை அறிந்தவை எனும் வெளியில் இருப்பவை. அறிந்தவையும் வரம்பிற்குட்பட்டவை. அறிவு நம்மை எப்போதும் மெய்யின் அருகில் அழைத்து வராது. எப்போதும் நம்மை உண்மைக்கு அருகிலும் அழைத்து வராது.''

கிருஷ்ணமூர்த்தியின் மொழி எளிமையானது. நேர்த்தியானது. துல்லியமானது. அலங்காரங்களோ, அழகுபடுத்துதலோ என்றும் இருக்காது. அப்பட்டமாகத் தெறிக்கும் உண்மையில்தான் அவரது உரையின் அழகிருக்கிறது.

கவனமுடன் கேட்பது எப்படி என்பதை மாணவன் (இதில் ஆசிரியரும் அடக்கம்) கற்றுக் கொண்டால், சிதறாத மனதுடன் அவனால் பார்க்க முடியும். இந்தச் செயலால் அவனது அறிவுத் திறன் இயங்கும். ஆனால், மிகச் சிறு வயதிலேயே, போட்டி மனப்பான்மை, ஒப்பிடுதல்கள், கொள்கைகள், சித்தாந்தங்கள், கேட்பது போன்றவை ஒரு குழந்தையின் மனதில் திணிக்கப்படுகின்றன. கற்பதும், அறிவுத்திறனும் அங்கே செயல்பட அனுமதிக்கப்படுவதில்லை. கேட்பதும், கவனமும் ஒருசேர நிகழ்வதற்கு, வெளிப்படையாகச் சொன்னால் அங்கே கவனக் குலைவிற்கான காரணிகள் உதிர வேண்டும்; மனதை விட்டு அவை அகல வேண்டும்; மாணவன் தீவிரக் கவனத்துடன் இருக்க வேண்டும். இந்தத் தீவிரத்தை மாணவனிடம் கொண்டுவர ஆசிரியர் நிச்சயமாக உதவ வேண்டும். ''தொங்கிப்போன இருண்ட முகத்துடன் கூடிய தீவிரம் அல்ல'' என்று கிருஷ்ணமூர்த்தி சுட்டிக் காட்டுகிறார். ஊக்கமும், தேடலும் நிறைந்த தீவிரம் வேண்டும்.

கற்பதிலும் கண்டுபிடிப்பதிலும் ஏற்படும் மகிழ்வுடன் கூடிய தீவிரம் வேண்டும்.

கேட்பதும், ஒருமுகத்துடன் அதனைச் செய்வதும் வற்புறுத்தலால் எப்போதும் நிகழாது.

சரியான கல்விக்கான வழி என்ன என்று ஆசிரியர்களும் கல்வியாளர்களும் கேட்கிறார்கள். கவனம் குலைந்த, உடைந்து போன மூளையை உருவாக்கும் காரணிகளைக் கண்டுபிடியுங்கள் என்று அவர்களிடம் கிருஷ்ணமூர்த்தி கூறுகிறார். அவர் மீண்டும் அச்சம் என்ற பிரச்சனையை நோக்கிச் செல்கிறார். ஏனென்றால், பெரும்பாலான விஷயங்களை விலங்கிலிருந்துதான் நாம் பெற்றிருக்கிறோம் என்கிறார் அவர். நமது மூளை கட்டமைப்பின் பெரும்பகுதி விலங்கிலிருந்து ஸ்வீகரிக்கப்பட்டதே. தேகம் சார்ந்த அச்சம் ஒரு பிரச்சனை அல்ல. மனம் சார்ந்த அச்சமே பிரச்சனை. நூற்றுக்கணக்கான அச்சங்கள் நம்முள் வாழ்கின்றன. தனிமை என்ற அச்சம். மற்றவர்கள் என்ன சொல்வார்களோ என்ற அச்சம். அவமானத்தை சந்திக்க நேரிடுமோ என்ற அச்சம். வெற்றிபெற மாட்டோமா என்ற அச்சம். உடமைகளை இழந்து விடுவோமா என்ற அச்சம். வலி மற்றும் நோய் குறித்த அச்சம். என்றைக்கும் மாற்றமுடியாத இறப்பு குறித்த அச்சம். இவ்வச்சங்கள் மறைந்துபோக வேண்டும்.

இத்தகைய மனம் சார்ந்த அச்சங்கள் உங்களுக்குத் தேவை யில்லை என்று நம் குழந்தைகளுக்கு நம்மால் சொல்லித்தர இயலுமா? அப்படி ஓர் எளிமையான வேலை அல்ல அது. ஏனெனில் எங்கணுமிருக்கும் மனிதர்களைப் போலவே ஆசிரியர் களும் இந்த அச்சமெனும் வலையில் சிக்கியிருப்பவர்களே. அதுமட்டுமின்றி, நாம் அச்சத்தின் வயப்பட்டிருக்கிறோம் என்பதே நம்மில் பெரும்பாலோர்க்கு தெரியாது. நமக்குள் உறையும் இந்த அச்சங்கள் தலைகளைத் தூக்கும்போது, என்ன செய்வதென்று நமக்குத் தெரிவதில்லை. அச்சங்களில் இருந்து விலகி ஓடுகிறோம். நம்மிடமிருந்தே நாம் விலகி ஓடுகிறோம் என்பதே இதன் பொருள். ஏனெனில், அச்சம் நம்மிடமிருந்து தனித்திருப்பது அல்ல. அது நாம்தான். தப்பித்துச் செல்லும் வழிகளை நாம் உருவாக்குகிறோம்: இறைவனை வழிபடுதல், மதம் சார்ந்த கொள்கைகள் மற்றும் சடங்குகள் ஆகியவற்றின் வழியே. செல்வம், உடமைகள், நண்பர்கள், பொழுதுபோக்கு மற்றும் கேளிக்கைகளால் நாம் சூழப்பட்டிருக்கிறோம். எனினும் அச்சங்கள் நம்மை ஏய்த்து விடுகின்றன, தொடர்ந்து நம்முடனே இருக்கின்றன.

அவையே எண்ணம். எண்ணமே அச்சத்தை உருவாக்குகிறது. எண்ணமே, நினைவு. எண்ணம் என்பது நேற்றைய வலியின் மற்றும் நாளைய நம்பிக்கையின் நினைவுப் பதிவு. நினைவும் நம்பிக்கையும் நம் மனதின் மெய்மையல்லாத விஷயங்கள். நேற்று என்பதும் நாளை என்பதும் காலம். காலமும் எண்ணமும் பிரிக்கமுடியாதவை. இவையே மகிழ்ச்சியும் வலியும். இவைதான் பிரச்சனைகள்.

எனில், நம்மைப் புரட்டிப்போடும் மனம் சார்ந்த அச்சங்களை அறியாதவர்களாக நம் குழந்தைகளை வளர்த்தெடுக்க இணக்கமான சூழலை உருவாக்க முடியுமா? அதை நாம் செய்யவேண்டிய தேவை இருக்கிறது. இதைத் தவிர வேறு வழியில்லை. நாம், நமது குழந்தைகளைச் சூழ்ந்திருக்கும் சமுதாயம் என்கிற நாம், நமக்குள்ளிருக்கும் அச்சங்களை வெளியேற்ற வேண்டும். அதனால் நாம் விடுதலை பெறலாம். சுதந்திரச் சூழலில் மட்டுமே உண்மையான கல்வி சாத்தியம். நமது குழந்தைகட்குச் சரியான கல்வி அளிக்க வேண்டுமென்றால், அவர்களது அறிவுத்திறன் இயங்க அனுமதிக்க வேண்டும். அது இயங்குவதற்குத் தேவையான இடத்தையும் அளிக்க வேண்டும்.

நமது இளைஞர்களுக்கு நாம் அளிக்கும் கல்வி, அறிவை அடிப்படையாகக் கொண்டது. அறிவு அதற்கான இடத்தைப் பெற்றிருக்கிறது. ஏனெனில், அறிவின்றி நமது தினசரி வாழ்க்கை சாத்தியமற்றது. ஆனால், அறிவு வரம்பை உண்டாக்குவது. அறிவை ஒதுக்கிவிட்டு, அதனை விட்டுக் கொடுத்து உண்மையான கற்றல் எப்போதும் சாத்தியமில்லை. ஆனால், மூளைக்கும் வெளியில் ஏதோ ஒன்று இருக்கிறது. அறிவிற்கும், நினைவிற்கும், இவையிரண்டின் வரம்புகளுக்கும் அப்பாற்பட்டது அது. அந்த அறிவுத்திறன், அறிவிலிருந்து முற்றிலும் வேறானது.

மனதைக் கட்டுப்படுத்துதல் என்பது வன்முறை. உணர்வு வயப்படும் அச்சமற்ற மனமே, வெளியிலிருந்து கட்டுப்பாடுகள் திணிக்கப்படாத மனமே, எதையும் புரிந்து கொள்ளக்கூடியது. முயற்சியும், சிரமப்படுதலும் இல்லாத போதுதான் அத்தகைய புரிதல் நிகழும்.

18

கிருஷ்ணமூர்த்தி அன்பைப் பற்றியும் பேசியிருக்கிறார். ஆனால், அன்பைப் பற்றிப் பேசுவதே அன்பல்ல என்று திட்டவட்டமாக வலியுறுத்தியிருக்கிறார். அன்பைத் திணிக்க

முடியாது. பொறாமையும், வெறுப்பும், ஒப்பிட்டுப் பார்ப்பதும் அன்பாக முடியாது. அன்பு எதையும் தனதாக்கிக் கொள்ளவோ, பற்றிக் கொள்ளவோ செய்யாது; அன்பிற்கு எல்லைகள் கிடையாது. தன்னை மட்டுமே அது சுற்றி வளைத்துக் கொள்ளாது. அதிகாரத்துடன் தன்னைப் பிணைத்துக் கொள்ள விரும்பாது. பயிற்சியின் மூலம் அதனைப் பெறவும் முடியாது. ஒரு குறிக்கோளை, ஒரு நோக்கத்தை, அல்லது ஒரு முடிவை அடைவதின் ஊடே இருக்கும் முயற்சியின் வழியும் அன்பு ஏற்படாது. கொள்கை மற்றும் சிந்தனைக்கும் அதற்கும் எவ்விதத் தொடர்பும் இல்லை. அவை பயனற்றவை, அற்பமானவை. அன்பை எதனாலும் கொண்டுவர முடியாது. உங்களிடம் அன்பு இல்லை யென்றால், உங்களது செயல்களால், பயிற்சி முறைகளால், கட்டுப்பாடுகளால், அச்சங்களால் அதனைக் கொன்றுவிட்டீர்கள் என்றால், அச்செயல் பற்றி நீங்கள் விழிப்புடன் இருப்பதைத் தவிர்த்து நீங்கள் வேறெதுவும் செய்ய இயலாது. குழந்தையுடன் நடந்து செல்லுங்கள். எவ்வித முன்முடிவோ அல்லது கண்டனமோ இன்றி அக்குழந்தையைப் பாருங்கள். அப்போதுதான் அக் குழந்தையுடன் உங்கள் உறவு முற்சாய்வும், பிறழ்ச்சியும் அற்றதாக இருக்கும். உங்களது எண்ணங்களை, இரகசிய நோக்கங்களை நிறைவேற்றிக் கொள்வதற்காக உங்கள் குழந்தையை தன்னலம் சார்ந்த அக்கறையுடன் உருவாக்காதீர்கள். இவற்றையெல்லாம் நீங்கள் போக்கிக் கொண்டால், ஒருவேளை அன்பு உங்களிடம் குடிகொள்ளலாம். அதுவும், அதன் முழுநிறைவில் தான் அச்செயல் நிகழும்.

வேண்டப்படாமல், இயல்பாக உருவாகும் அத்தகைய அன்பு, இதுவரையில் நாம் அறிந்திருக்கும் ஒன்றிலிருந்து முற்றிலும் வேறுபட்ட புரட்சியை ஏற்படுத்தும். அத்தகைய அன்பு மட்டுமே, மனதில், அதன் முழுமையிலும் மாற்றத்தைக் கொணரும்.

"அத்தகைய மாற்றம், சரியான கல்விமுறை மூலம், மனிதனிடம் ஒட்டுமொத்த முன்னேற்றத்தை ஏற்படுத்துவதால் மட்டுமே ஏற்படும். மனதின் முழுமையிலும், உணர்வுநிலையின் முழுமையிலும் கட்டாயம் நடைபெற வேண்டிய புரட்சி அது. வெறுமனே எண்ணத்தில் மட்டும் அல்ல. இவை அனைத்திற்கும் மேல், எண்ணம் என்பது விளைவேயன்றி மூலாதாரம் அல்ல. மூலாதாரத்தில் தீவிரமான மாற்றம் ஏற்பட வேண்டுமே அன்றி, வெறுமனே வெளிப்படும் விஷயங்களில் ஏற்படுவது போதாது." கிருஷ்ணமூர்த்தி தொடர்ந்து இவ்வாறு விவரிக்கிறார்: "தேடுதலும்

கற்றலுமே மனதின் இயக்கம். வெறுமனே, மனம் உற்பத்தி செய்யும் பொருளாக அல்லது அறிவின் குவியலாக மட்டும் கற்றலைக் கருத முடியாது. எவ்வித மாயையும் இன்றி, தெளிவாகவும் விவேகமாக வும் சிந்திக்கும் திறனே கற்றல் என்பது. நம்பிக்கைகளிலிருந்தோ கருத்தியல்களிலிருந்தோ தொடங்காமல், விவரங்களிலிருந்து தொடங்குவது எனலாம். முடிவுகளிலிருந்து எண்ணம் தோன்றும் போதும் அவ்விடத்தில் கற்றல் நிகழாது. வெறுமனே விவரங் களையோ அல்லது அறிவையோ பெறமுயல்வதும் கற்றலாகாது. கற்றல் என்பது, புரிதலிலிருக்கும் அன்பைக் குறிப்பது; ஒரு செயலை, அதற்காகவே செய்வதில் இருக்கும் அன்பைக் குறிப்பது. எவ்விதமானக் கட்டுப்பாடும் திணிக்கப்படாத நிலையில்தான் கற்றல் சாத்தியம்."

ஒப்பிடுதல் மூலம் கற்றல் ஊக்குவிக்கப்படலாம் என்று பெரும்பாலோர் கருதுகின்றனர். ஆனால், உண்மை அதற்கு நேர்மாறானது. விரக்தியை, போட்டி என்ற வெறுப்பு மனநிலையை ஒப்பிடுதல் ஊக்குவிக்கிறது. "குறிக்கோள், அது தனிநபர் சார்ந்ததோ அல்லது ஒரு கூட்டத்தைச் சார்ந்ததோ, எப்போதுமே சமூகத்திற்கு எதிரானது. தனிமனித உறவுகளில் நாம் கைக்கொள்ளும் உன்னதமான குறிக்கோளும் அடிப்படையில் அழிவை ஏற்படுத்துவதே."

அச்சமற்றிருப்பதே அன்பு. ஆசிரியர்பால் குழந்தை அச்சம் கொள்ளாதிருத்தல், குழந்தையின்பால் ஆசிரியரும் அச்சம் கொள்ளாதிருத்தல். அச்சம் அன்பைத் தடுக்கிறது. அன்பில்லாத இடத்தில் கற்றல் நிகழாது. குழந்தைகளை நேசிப்பதாக நாம் கூறுகிறோம். அவர்களுக்கான நமது நம்பிக்கைகளும் மற்றும் கனவுகளும், அவர்கள் மேல் நாம் வைத்திருக்கும் அன்பின் வெளிப்பாடு என்று கற்பனை செய்கிறோம். நமது குழந்தைகளை நமது சுயங்களின், நமக்குள்ளிருக்கும் கருமையத்தின் நீட்டிப்புகள் என்று எளிமையாகக் கூறலாம் அல்லவா? அவர்கள் மூலமாக நமக்கான நிறைவை நாம் தேடாமல் இருக்கிறோமா? எதையும் நிரந்தரமாக நமக்கு அளிக்காத இந்த உலகில் நமது பாதுகாப்பல்லவா அவர்கள்? நமது இறப்பிற்குப்பின், நம் குழந்தைகள் நம்மின் தொடர்ச்சியில்லையா? நம் குழந்தைகள் மூலமே நமது பெயரும், நமது எண்ணங்களும், நமது இலட்சியங்களும் நிறைவடைகின்றன. ஆகவே அவர்களை நாம் பாதுகாக்கிறோம். ஊக்குவிக்கிறோம். நாம் சாதிக்க நினைத்த செயல்களை செய்துமுடிக்க அவர்களைத் தூண்டுகிறோம். அன்பு

என்று இவற்றைத்தான் நாம் குறிப்பிடுகிறோம். குழந்தைகள், நம் கனவுகளை, இலட்சியங்களை நிறைவேற்றவில்லை என்றால் ஏமாற்றமடைகிறோம். விரக்தியுறுகிறோம். கோபமும், வெறுப்பும் கொள்கிறோம். இதுவரையில் நாம் சீராட்டிய அன்பு, சாளரத்தின் வழியே பறந்து போய்விடுகிறது.

நமது அடிகளைப் பின்பற்றவும், நம்முடன் ஒத்துப்போகவும் கீழ்ப்படிந்து நடக்கவுமே, குழந்தைகளுக்குக் கல்வி கற்பிக்கிறோம். நாம் அளிக்கும் கல்வி மூலம் அவர்களது மனங்களைக் கட்டுப்பாட்டில் வைக்க விரும்புகிறோம். அவர்களுக்கு அளிக்கும் கல்விமுறை, வெகுமானம் மற்றும் தண்டனையை அடிப்படையாகக் கொண்டது. ஒத்துப்போவோருக்கு வெகுமானம். எதிரானவர்க்கு தண்டனை. தேர்வுகள், போட்டிகளில் பெறும் வெற்றியை வெகுமானங்கள் எனக்கூறலாம். சிறந்த வேலைகள், சிறந்த பணித்துறைகள், மதிப்புவரிசை, செல்வாக்கு, அங்கீகாரம் போன்றவையும் அதில் அடங்கும். இவற்றை அடையா நிலையை தண்டனை எனலாம்.

நமது கல்விமுறையில் குறிப்பிடப்படும் கற்றல் என்பது, அன்புடன் கூடியதோ, உற்சாகத்துடன் கூடிய கண்டுபிடிப்போ அல்ல; ஒருவர் எதிர்பார்க்கும், விரும்பும் முடிவை நமது குழந்தைகளுக்குக் கொண்டு வருவதற்குச் சமுதாயம் வகுத்திருக்கும் பாதை.

அனைத்தையும் குவித்துக் கொள்ள நமது குழந்தைகளுக்கு சொல்லித்தருகிறோம்; எதையும் அதிகமாக சேர்க்கவும் சொல்லித்தருகிறோம்: அதிகப் பணம், அதிக அறிவு, அதிகமான திறன், அதிகமான நற்பண்பு, அதிகமான உண்மை, அதிகமான இறைத்தன்மை. பெரும்பான்மை மக்கள் இவற்றைத்தாம் தேடுகிறார்கள். காலந்தோறும் இவற்றைத்தாம் மக்கள் நாடினார்கள். சமுதாயம் நமக்கு அளிக்கும் மதிப்பு, இவற்றை அடைவதைப் பொறுத்து இருக்கிறது. ஆகவே, நாம் நம் குழந்தைகளை மதிப்பிற்குரியவர்கள் ஆவதற்கு கற்பிக்கிறோம். வகுக்கப்பட்ட பாதையிலிருந்து விலகாதிருக்கச் சொல்கிறோம். ஆனால், அதிகப் பணமாகட்டும் அல்லது அதிக நற்பண்புகளாட்டும் - மேலும் அதிகமாக அவற்றைப் பெறுவது எப்படி என்று அவர்களுக்கு கற்பிக்கும்போது அப்போதும் நாம் ‘அறிந்தது’ எனும் வெளியில்தான் இருக்கிறோம். அவர்களுக்கு நாம் பேராசையைக் கற்பிக்கிறோம். அதனை நாம் அப்படி அழைப்பதில்லை. ஆனால், அது பேராசை தான். பணம் தேடுவதாகட்டும் அல்லது கடவுளைத் தேடுவதா

கட்டும். அவர்களுக்காக அமைத்திருக்கும் குறிக்கோளின்மேல் கவனம் செலுத்தவே சொல்லித் தருகிறோம்; சுற்றியிருப்பவற்றைக் கவனிக்காமல் கண்களை மூடிக்கொள்ளச் சொல்கிறோம். இந்தப் போட்டியில், பேராசை, சுயநலம், வன்முறை அனைத்தும் மதிப்பிற்குரியனவாக மாறுகின்றன.

அவர்களுக்குப் போட்டி மனப்பான்மையைக் கற்பித்து மற்றவரின் தோல்வியில் பெருமைப்பட வைக்கிறோம். தேசப் பற்றையும், அதிகாரத்திற்குக் கீழ்ப்படிதலையும் கற்பிக்கிறோம். தேசத்தின் எல்லைகள் என்ற சுவர்களுக்குள் அவர்களை அடைத்து வைக்கிறோம். சாதிகள், இனங்கள், மேலோர், கீழோர் என்று பிரிக்கிறோம். இவைமட்டுமின்றி அரசியல் குழுக்களும் இருக்கின்றன. பிரிவினை, உடைத்தல், வேறுபாடுகள்... இதன்பின், நாம் உடைத்தவற்றை ஒன்றிணைக்கவும் ஒன்றாக்கவும் போராட்டம். இவ்வாறு நாம் நம் குழந்தைகட்கு, அவர்களை முற்றிலும் உணர்வற்றவர்களாக்கும், குருடர்களாக்கும் கல்வியையே தருகிறோம். தேசம், நாடு என்ற பெயரில், மதம் என்ற பெயரில், அரசியல் சித்தாந்தங்கள் என்ற பெயரில் அவர்களை நாம் யுத்தத்திற்கு அனுப்புகிறோம். கொல்வதற்கு அல்லது கொல்லப் படுவதற்கு.

இவை அத்தனையும் செய்யக் காரணம், நாம் நம் குழந்தை களை நேசிப்பதால் என்கிறோம்.

அன்பைப்பற்றி கிருஷ்ணமூர்த்தி பேசும்போது ஒன்றை தெளிவாகக் கூறுகிறார். அன்பைக் கண்டுபிடிக்க, அறிந்தவற்றை நாம் விலக்க வேண்டும். ஏனெனில், அன்பு என்பது அறியாதது. அறிந்தது மூலம் அறியாத ஒன்றிற்கு நாம் எப்படி வரமுடியும்? வரம்பிற்குட்பட்டதன் மூலம் வரம்பற்றதற்கு நாம் எப்படி வரமுடியும்? குழந்தைகளை நாம் உண்மையாகவே நேசித்தால், அன்பு என்றால் என்ன என்று உண்மையாக நமக்கு தெரிந்திருந்தால், சரியானதையே அவர்களுக்கு நாம் கற்பிப்போம்.

பொறாமையும், உடைமையாக்கி கொள்வதும் அன்பு அல்ல. மென்னய உணர்ச்சி மற்றும் உணர்ச்சி வயப்படுதல் அன்பல்ல. மன்னிப்பதையும் அன்பெனக் கூறமுடியாது. மன்னிக்கும்போது நாம் அன்பு செலுத்துவதில்லை. நமக்கு இழைத்த தவற்றை மன்னித்தல் என்பது, காலமும், எண்ணமும் உள்ளடங்கிய, விழிப்புடன் செய்யப்படும் ஒரு செயலே. சேர்த்து வைக்கப்பட்ட கோபத்தின் வெளிப்பாடே அது.

மற்றவர்களை நாம் நடத்தும் முறையில், மற்றவர்களை நாம் எவ்விதம் மதிக்கிறோம் என்பதில் நமது அன்பின்மை வெளிப்படுகிறது. மனிதர்களைப் பல்வேறு விதங்களில் நாம் நடத்துகிறோம். மற்றவர்களிடம் நாம் பேசும் முறையை கிருஷ்ண மூர்த்தி சுட்டிக் காட்டுகிறார். நம் வீட்டு வேலைக்காரனிடம் பேசும்போது நமது அணுகுமுறை ஒருவிதம். நமது முதலாளியிடம், உயர் அதிகாரியிடம் பேசும்போது நமது அணுகுமுறை முற்றிலும் வேறானது. அத்தகைய அணுகுமுறைகள் எவ்விதத்திலும் அன்பு என்று கருதப்படா. அதிகாரத்தை வழிபடும் செயலே அவை. அதுபோன்றதே, நீங்கள் இறைவனை வேண்டுவதும்: பதிலுக்கு இறைவனிடம் எதையாவது கேட்பது, அதாவது செல்வம் அல்லது வெற்றி. வாழ்க்கையில் நல்லதே வேண்டும் என்பது. இவற்றைக் கேட்பதால் நீங்கள் பேராசை வயப்படுகிறீர்கள். பேராசை அன்பாக முடியாது.

அறியாத ஒன்றான, அன்பை நாம் கைக்கொள்வதற்கு, இத்தகைய விஷயங்களை நாம் விலக்க வேண்டும். நம் மனதிலிருந்து அவற்றை வெளியேற்ற வேண்டும். அதன்பின், அன்பின் அழகை நாம் பெறக்கூடும்.

ஆனால், இவை வெளியேற, அதனை நாம் எவ்வாறு செய்ய முடியும்? நமக்குள் இருக்கும் இந்த ஆசைகளை நாம் என்ன செய்வது? நம்மைத் தூண்டுவதும், நம்மைத் தொடர்ந்து செயலாற்ற வைப்பதும் இந்த ஆசைகளல்லவா? ஆசைகளை எப்படி வெளியேற்றுவது? தசைப் பலவீனத்தை ஒருவர் எப்படி எதிர்கொள்வது?

நீங்கள் உண்மையிலேயே கவலைப்படுகிறீர்களா? எனில், முற்சாய்வின்றி, பிறழ்ச்சித் திரையின்றி அவற்றை உற்றுக் கவனியுங்கள். பாரம்பரியத்திலிருந்தோ, உங்களது சமுதாயத்திலிருந்தோ, உங்கள் நண்பர்கள் மூலமாகவோ அல்லது உங்கள் சொந்த அனுபவத்திலிருந்தோ அவற்றை நீங்கள் பெற்றிருக்கலாம். அவற்றைப் பற்றிய எவ்வித கருத்துகளுமின்றி, உங்களைப் பற்றிய எண்ணங்களுமின்றி உற்று நோக்குங்கள். அவை குறித்த விழிப்பு உங்களுக்கு வேண்டும். அவற்றைக் கண்டு நாம் அஞ்சுகிறோம். அவற்றிடமிருந்து விலகி ஓடுகிறோம். அல்லது விருப்பத்துடன் அவற்றின் அடிமைகளாகிறோம். அவற்றுடன் ஒட்டிக் கொள்கிறோம். அவை போவதற்கும் அனுமதிப்பதில்லை. அந்த அச்சத்தை, ஒட்டிக் கொள்வதை, விலகியோடும், தப்பித்தல் முயற்சியைக் கவனியுங்கள். இவை ஒரே விஷயத்தின் பல பகுதிகள்.

ஒட்டிக்கொள்வதும், தப்பிக்க எண்ணி விலகியோடுவதும், இரண்டுமே மேலும் பிரச்சனைகளை உண்டாக்குபவை. படுகுழிகளில் நம்மைத் தள்ளிவிடுபவை. இரண்டுமே சிறைக்கான பாதைகள். ஆசையிலிருந்து விடுதலை பெறுவதற்கான வழி இதுவல்ல. ஏனெனில் ஆசை மனதினுடையது. அச்சம் மனதினுடையது. எப்படி மனம் மனதை அழிக்கும்?

"வேறென்ன செய்வது" என்று நாம் கேட்கிறோம்.

"நீங்களே கண்டுபிடியுங்கள்" என்று கிருஷ்ணமூர்த்தி பதில் கூறுகிறார். "உங்களுக்குள் பாருங்கள்; மனதின் அசைவுகள் அனைத்தையும் கவனியுங்கள். நம்மை இயக்கும் ஆசைகள், கவனிக்கப்பட வேண்டியவை. நம்மின் பகுதியாக, நம்மிடமிருந்து பிரிக்கப்படாதவையாக அவற்றைப் புரிந்துகொள்ள வேண்டும். அவை நாம்தான். அவை நம் எண்ணத்தால் சிருஷ்டிக்கப்பட்டவை. நம் மனதை முழுமையாக புரிந்துகொள்வதற்கு விழிப்புநிலை மட்டுமே நமக்கு உதவும். அவ்வாறு இதனை நாம் முழுமையாகப் புரிந்துகொள்ளும்போது, தொடர்ந்து சரியான செயல்பாடு நிகழும். விழிப்புநிலை மூலமாகவே இந்த உண்மையை, வலுவான அதன் பிடியிலிருந்து விடுதலை பெறமுடியும் என்பதை நாம் தெளிவாக காண முடியும். மனம் ஆசையின் இருப்பிடம் என்பதைப் புரிந்து கொள்ளும்போது, இருப்பிடமும் அதில் வாழ்பவரும் ஒருவரே என்பதை அறியும்போது, வாழ்பவர் வேறு யாருமில்லை, அது 'நான்' தான் என்னும் உணர்தல் உண்டாகும். 'நான்' என்பது, சுயம், அதாவது தன்முனைப்பு. ஆனால், இந்த உணர்தல் நிலையை அடைவதற்கு நாம் எங்கே தொடங்க வேண்டும்? உண்மையில் நாம் இந்த 'உணர்தல்' நிலையைப் பெற்றிருக்கிறோமா? அல்லது இந்த 'உணர்தல்' நிலையை மனதின் சிருஷ்டி என்று நாம் மீண்டும் கூறலாமா? நீங்கள் எப்படிச் சொல்வீர்கள்?"

"கவனியுங்கள்" என்று கிருஷ்ணமூர்த்தி தொடர்கிறார். "நீங்கள் ஓர் அழகிய கவர்ச்சியான பொருளைப் பார்க்கிறீர்கள். ஒரு கார் என்று வைத்துக் கொள்வோம். அல்லது ஒருவேளை, அழகிய பெண். இது சாதாரணமான ஒரு செயல். பார்க்கும் அந்தப் பொருளைத் தொடுகிறீர்கள். அதுவும் சாதாரணமான ஒரு செயல். அந்தத் தருணம் உங்கள் மனம் உள்ளே வருகிறது. நீங்கள் தொட்டுப்பார்க்கும் அந்தப் பொருளை அடைய, உடைமையாக்கிக் கொள்ள எண்ணுகிறது. போராட்டம் தொடங்குகிறது. அந்தப் போராட்டத்தில் ஒரு வேதனை இருக்கிறது. காலம் அங்கே நுழைகிறது. காலம் என்பது விரக்தி, வேதனை, கோபம் அத்துடன்

மேலும் அதிகமான போராட்டம். இப்போது, அந்த சமயத்தில், இவ்வாறு ஆசைப்படுதல் தவறு, பாவம் என்று எண்ணங்களின் மற்றொரு தொகுப்பு கதறுகிறது. எண்ணங்களின் ஒரு தொகுப்பு மற்றொரு எண்ணத் தொகுப்புடன் சண்டையிடுகிறது. அந்த யுத்தம் தொடர்ந்து, முடிவற்று நடக்கிறது. இதைத்தான் நாம் வாழ்க்கை என்று அழைக்கிறோம்'' என்கிறார் கிருஷ்ணமூர்த்தி. முடிவற்றப் போராட்டம். தேய்வுக்கு ஆளாகும் ஆற்றல். இந்தப் போராட்டத் திற்காக நமது உணர்திறனை, நமது கரவற்றத் தன்மையைத் தியாகம் செய்கிறோம். இதனால் விலங்கின் தன்மையை நாம் பெறுகிறோம்.

இவை அனைத்தையும், கணநேரத்தில் நம்மால் பார்க்க முடிந்தால், அச்சமேதுமின்றி, ஒட்டிக்கொள்வதின்றி, எதையும் ஒதுக்காமல், மறுக்காமல், கண்டிக்காமல், நியாயப்படுத்தாமல், முழுமையான தெளிவுடன் புரிந்துகொண்டால், நம்மைச் சுற்றியுள்ளவற்றைத் தெரிந்து கொண்டிருப்பதுபோல் இதனையும் உணர்ந்து கொண்டால், அப்போது இந்த ஆசை நமக்கு ஒரு பிரச்சனையாக இராது. எண்ணம் என்பதாக, நாம் பார்க்கும் பொருள், மிகத் தெளிவாகப் பார்க்கப்பட வேண்டும். அது முழுமையாக புலன்களால் உணரப்பட்டு அனுபவிக்கப்படும். பிறகு அங்கேயே அது முடிவுக்கு வரும். இந்த முழுமையான நிபந்தனையற்ற அனுபவிப்பில், ஆசை என்பது உதிர்ந்துபோகும். காயம் ஏதுமின்றி, வடு ஏதுமின்றி.

19

குழந்தைகளிடம் கிருஷ்ணமூர்த்தியால் பல விஷயங்கள் குறித்துப் பேச முடிந்தது. கேட்டல், கவனித்தல் குறித்து அவர் களிடம் பேசினார். நல்லொழுக்கங்களை அவர் போதிக்கவில்லை. விரிவுரைகளும் ஆற்றவில்லை; குழந்தைகள் அவரிடம் உரை யாடின. அவ்வுரையாடலின் போக்கில் பல விஷயங்கள் விளைந்தன. அவை அவர்களைச் சிந்திக்க வைத்தன.

பாலியல் குறித்தும் பாலியல் கல்வி குறித்தும் கிருஷ்ணமூர்த்தி அடிக்கடி பேசியிருக்கிறார். பாலியல் குறித்த கேள்விகளுடன் பலர் அவரிடம் வருவதுண்டு. அதனை எப்படி எதிர்கொள்வது என்று கேட்பார்கள். தீயதென்று, பாவமென்று தங்கள் வாழ்க்கையிலிருந்து அதனை நீக்கவேண்டும் என்று கருதிய மனிதர்கள் இருந்தனர். அதுவே தனக்கான விடுதலை என்று, ஆண்மை நீக்கம் செய்துகொண்ட மனிதன் ஒருவனைப்பற்றி

பெரும்பாலான தனது உரைகளில் அவர் குறிப்பிட்டிருக்கிறார். இவை முட்டாள்தனத்தின் உச்சம் என்று தனது உரையைக் கேட்பவர்களிடம் கிருஷ்ணமூர்த்தி எச்சரித்திருக்கிறார். பாலியல் உங்களுக்கு ஏன் ஒரு பிரச்சனையாக இருக்கிறது? பிரச்சனையாக அதனை நீங்கள் ஏன் ஆக்கிக் கொண்டீர்கள்? அச்செயல் குற்றமாகவும் அதைப்பற்றி எண்ணுவதே பாவமாகவும் ஏன் கருதப்படுகிறது?

பல நூற்றாண்டுகளாக, பாலியல் சிந்தனையை பாவச் செயலாகவே எண்ணி மனிதர்கள் வாழ்ந்திருக்கின்றனர். அதனிடமிருந்து விலகி ஓடியிருக்கின்றனர். நம் முன்னோர்கள் பாலியல் சிந்தனையைச் சுற்றியே அனைத்துத் தத்துவங்களையும் உருவாக்கினார்கள். அதனை மறுத்தார்கள், தள்ளிவைத்தார்கள், அதனிடமிருந்து தப்பியோடினார்கள்; எந்த அளவிற்கு அதனை இல்லை என்றார்களோ, மறுத்தார்களோ, அதனிடமிருந்து தப்பியோடப் பார்த்தார்களோ, அதற்கதிகமாக அந்த உணர்வு அவர்களைத் துரத்தியது. அவர்களை விட்டுச் செல்வதற்கு மறுத்தது. ஏனெனில், மனிதனுக்கு வெளியில் இருப்பதல்ல அது: மனதால் சிருஷ்டிக்கப்பட்டு, மனதின் மிக ஆழத்தில் பொதிந்து உறைவது. ஆகவே, அது அவனுடன் உறைவது. அவனை விட்டு அகலாது. அது ஒரு மனவெறி, சித்திரவதை, வேதனையின் ஊற்று.

ஆயினும், அது அப்படி இருக்க வேண்டிய தேவையில்லை. எண்ணத்தின் இடையீடின்றி அதனைப் பாருங்கள். பாலியலை மையமாகக் கொண்டு, காலம்தோறும், நூற்றாண்டுகளாய் உருவாக்கப்பட்டிருக்கும் தத்துவங்களின் துணையின்றிப் பாருங்கள். சில ஆயிரம் மனிதர்கள் அதைப்பற்றிக் கூறியவற்றை தள்ளிவைத்துப் பாருங்கள். மலர்ந்த மனதுடன், எண்ணத்தின் ஆளுகையற்ற மனதுடன், அறிவு, சிந்தனை, எண்ணம் ஆகியவற்றின் துணையின்றி உங்களுக்குள்ளிருக்கும் பாலியல் உந்துதல்களைக் கவனித்தால், அப்போது உங்களுக்கு அதிலிருந்து விடுதலை கிடைக்க வழியிருக்கிறது. பாலியல் உணர்வு நம் வாழ்வின் ஒருபகுதி. அதிலிருந்து பிரிக்கமுடியாதது என்பதை மிகத்தெளிவாக எவ்வித மாயையுமின்றி நீங்கள் உணர முடியும். வாழ்வு என்ற முழுமை இந்தப் 'பகுதி'யில் அடங்கியிருக்கவில்லை; 'பகுதி'தான் 'முழுமை' யில் அடங்கியிருக்கிறது என்பதை நீங்கள் புரிந்துகொள்வீர்கள். பாலியல் உணர்வு வாழ்வின் ஒரு பகுதி மட்டுமே.

"வளரும் பருவத்து குழந்தைகளுக்குப் பாலியல் கல்வியை நாம் எப்படிச் சொல்லித் தருவது? தடையற்றதாகவும் விரைவாகவும் உலகம் மாறி வருகிறது. பழைய விதிகள் உண்மையென இனியும்

தொடர முடியாத நிலை. இளம் மாணாக்கர்களுக்கு நாம் எப்படி கற்றுத்தர முடியும்!'' என்று ஆசிரியர்கள் கேட்கின்றனர். ஆசிரியரின் அணுகுமுறையைப் பொறுத்தது அது என்று கிருஷ்ணமூர்த்தி கூறுகிறார். வெளிப்படையாகக் கூறினால், இக்கேள்விக்கு கொடுக்கவேண்டிய முக்கியத்துவம் மற்றும் புரிதலுடன் இந்தக் கேள்வியை நாம் அணுகவேண்டும். அதிகமான உணர்திறனோடு, குற்றவுணர்வற்ற நிலையுடன், இது பாவம் என்ற சிந்தனையின்றி அணுக வேண்டும். வாழ்க்கையிலிருந்தும் அன்பிலிருந்தும் இதனை நாம் பிரிக்க முடியாது.

இறைவன் என்ற சொல் குழந்தைகட்கு மிக முக்கியமானது. இந்த உலகம் எவ்வாறு அவர்களுக்கு மெய்யானதோ, அதுபோன்றே இறைவன் என்ற கருத்தும். அது அவர்களுக்குள் இருப்பது. இறைவன் பற்றிய சிந்தனைகள் நமக்கு ஊட்டிவிடப் பட்டிருக்கின்றன. அவற்றை நாம் நம் குழந்தைகளுக்கு ஊட்டுகிறோம். தொடர்ச்சியாக கிருஷ்ணமூர்த்தி குழந்தைகளிடம் உரையாடும் போதெல்லாம், அநேகமாக அப்போது இறைவனைப் பற்றிய கேள்வியொன்று இருக்கும். இறைவன் என்றால் என்ன? எல்லோரும் கூறுவதுபோல் உண்மையில் இறைவன் இருக்கிறானா? இறைவன் நம்மைக் காப்பவனா? நேரடியான, எளிய மொழியில் குழந்தைகள் கேட்ட கேள்விகள் இவை. ஆனால், இவை நூற்றாண்டுகளாய் மனித மனதில் இருக்கும் விடை தெரியாக் கேள்விகள்.

இன்று மற்றவர்கள் அல்லது நூற்றாண்டுகளாய் பலரும் அணுகாத முறையில், அதிர்ச்சி தரும்விதத்தில், வேறுபட்ட கோணத்தில், இந்தக் கேள்விகளை கிருஷ்ணமூர்த்தி அணுகுகிறார். நம்மில் ஒருவருக்கும் இறைவன் என்றால் என்ன என்று தெரியாது என்ற செய்தியிலிருந்து அவர் தொடங்குகிறார். நம்மைச் சுற்றியிருப்பவர்கள் இறைவனைப் பற்றி நமக்குக் கூறினர். நாம் உண்மையென்று நம்பிக் கொண்டிருக்கும் இந்தச் சிந்தனைகளை, நமது நூல்களும், சமயத் தலைவர்களும், நமது பூசாரிகளுமே நமக்கு போதித்திருக்கிறார்கள். காலப்போக்கில், இந்த நம்பிக்கைகள் மேலும் வலுவூட்டப் பட்டிருக்கின்றன. தூண்டப்பட்டிருக்கின்றன. எனவே இறைவன் என்பது ஒரு நம்பிக்கை. எனில், நம்பிக்கைதான் அந்த உண்மையா என்ற கேள்வி எழுகிறது. வெளிப்படையாகக் கூறினால், இல்லை. எனவே, அந்த உண்மைக்கு நாம் எங்கே செல்வது? இறைவன் என்ற இந்தக் கருப்பொருளைக் கண்டறிய நாம் எங்கே செல்வது? அதுமட்டுமின்றி இந்தக் கருப்பொருளை நாம் அடையாளம் காண்பது எப்படி..?

கிருஷ்ணமூர்த்தி இந்தக் கேள்வியை இங்கே எழுப்புகிறார். ''நாம் அறியாத ஒன்றை நம்மால் அடையாளம் காண முடியுமா?''

நம்மால் அடையாளம் காண முடிந்தால், அதைப் பற்றிய கருத்து ஏதாவது இருந்தால், நம்மால் அதனை விவரிக்க முடிந்தால், அப்போது 'அறிந்தது' என்ற வெளியில் அது இருப்பதாக நிச்சயம் நாம் கூறமுடியும். வெளிப்படையாகக் கூறினால், நம் மனதின் மூலம் கற்பனை செய்துகொண்ட ஏதோவொன்று; வேறொன்றிலிருந்தோ, புத்தகத்திலிருந்தோ அல்லது தொடர்ந்து கூறப்பட்டுவரும் பாரம்பரிய விஷயத்திலிருந்தோ பெறப்பட்ட கருத்தாக அது இருக்கலாம். நாம் நேரடியாக அனுபவித்த ஒன்றில்லை. ஏற்கனவே மற்றவர் உணர்ந்தனுபவித்த பொருள்; நாம் இரண்டாம் நபர். ஆகவே அது நிச்சயம் மெய்யான ஒன்றல்ல. ஆகவே கண்டறிதல் என்ற முறையின் மூலமே அதனைத் தெரிந்துகொள்ள வேண்டும். வேறு வழியில்லை. அத்தகைய கண்டறிதலை, நமக்கு மிக அருகிலிருக்கும் பொருட்களிலிருந்து தொடங்கவேண்டும். நம்மைச் சுற்றியிருக்கும், நம்மால் பார்க்க முடிகிற, கேட்க முடிகிற, தொட்டுணர முடிகிற, புலனால் அறியமுடிகிற பொருட்களிலிருந்து தொடங்கவேண்டும்.

நம்மைச் சுற்றியிருக்கும் உலகின், அத்தனை அழகையும் குழந்தைகட்கு அவர் சுட்டிக்காட்டுகிறார்: சிரிக்கும் மலர்கள், பசுமையான புல், பாய்ந்தோடும் ஆறு, மேகம் முத்தமிடும் மலைமுகடுகள். உலகில் காணப்படும் அருவருப்பான விஷயங்களையும், வறுமையையும் காட்டுகிறார். நம்மைச் சுற்றிக் காணப்படும் குப்பைகளை, அசுத்தமான சுற்றுப்புறத்தை, முட்டாள் தனங்களைக் காட்டுகிறார். அல்லது அவர்களே பார்த்துக் கொள்ளட்டும் என்று அவர்களது கண்களை மட்டும் திறக்கிறார். அனைத்தையும் கேள்விகேட்க வைக்கிறார்: இந்த உலகத்தை ஆட்டிப்படைக்கும், மகிழ்ச்சியை அழிக்கும், பிரிவினையை விதைக்கும், துயரத்தைக் கொணரும் அதிகாரத்திற்கு அலையும், பணத்தைச் சுருட்டும், ஆதிக்க மனோபாவங்களைக் கேள்விகேட்கச் சொல்கிறார். அனைத்திற்குமேல் மனதின் அச்சங்களை எதிர்நோக்க அவர்களுக்கு சொல்லித்தருகிறார். அக்குழந்தைகள் மற்றும் ஆசிரியர்களிடம் அச்சத்தைப் பற்றியும் அதனைப் புரிந்து கொள்வதைப் பற்றியுமே கிருஷ்ணமூர்த்தி மீண்டும், மீண்டும் பேசுகிறார்.

ஆசிரியர்களிடமே அவர் அதிகக் கவனம் செலுத்துகிறார். ஏனெனில் ஆசிரியருக்குக் கிடைக்கும் தரமான, சரியான

கல்வியில்தான் குழந்தையின் கல்வி இருக்கிறது. இந்த இரண்டும் தனித்தனியன்று. நாம் நம்மிலிருந்தே தொடங்க வேண்டும் என்கிறார் அவர். நம்மைச் சுற்றியிருப்பவை குறித்தும், நமக்குள்ளிருக்கும் விஷயங்கள் குறித்தும் நாம் விழிப்புணர்வுடன் இருக்கவேண்டும். தொடர்ச்சியாகவும், கவனக் குவிப்புடனும் அதைச் செய்யவேண்டும். எண்ணம் மற்றும் சிந்தனையின் இடையூறின்றி, மனதின் இடையூறின்றிச் செய்யவேண்டும். முடிவை, கருத்தை, சிந்தனையை, கற்பனையை, புரிந்து கொள்ளல் போன்ற எண்ணத்தின், மனதின் செயல்களைத் தவிர்த்திட வேண்டும். இதன் பின்னரே ஏதாவதொன்று நிச்சயம் நிகழும்.

கவனமாகவும், முழுமையான மன ஒருமிப்புடனும் உற்று நோக்க முடிந்தால், அவ்வாறு பார்க்கக் கூடிய நம்மால், ஒவ்வொரு கணமும், அனைத்துப் பொருட்களின் இதயத்திலும் உண்மையைப் பார்க்க முடியும். (முழுமையான ஒருமித்த கவனம் என்பது முடிவிற்காக ஆவல் கொள்ளாத நிலை; அதனைச் சித்திரவதைக்கு ஆளாக்கிக் கொள்ளாத முயற்சி எனலாம்). அந்நிலையில், கடந்த காலத்தின், எதிர்காலத்தின் அழுத்தமின்றிப் பார்க்கிறோம். அந்நேரத்தில் என்ன நடக்கிறது என்பதைப் பார்க்கிறோமே தவிர, அதைத் தவிர்த்து வேறு எதையுமில்லை. அப்போது, பார்க்கும் மனிதர், மிக எளிமையாகவும் இயல்பாகவும், இதனைப் பார்க்கக்கூடும்: அதாவது அம்மனிதர் எதைப் பார்க்கிறாரோ அதிலிருந்து தான் வேறுபட்டிருக்கவில்லை என்பதையும், பார்ப்பவர்தான் உண்மையில் பார்க்கப்படுபவர் என்பதையும் அவர் உணர்வார். அச்சமயம் காலம் என்பதுடன் தொடர்பற்ற அறிவுத்திறன் மலரும்; தன்னியல்பில் மிக எளிதாக அது இயங்கும். அங்கே மாயைக்கு இடமில்லை. பொய்மை முடிவுறுகிறது.

கேட்பவர், "அதன் பிறகு என்ன நடக்கிறது" என்று கேள்வியைத் தொடர்கிறார். கிருஷ்ணமூர்த்தி, "அதை நீங்களே கண்டுபிடியுங்கள்" என்கிறார். "நான் உங்களுக்கு வழியைக் காட்டியிருக்கிறேன். நீங்கள் தனியாகத்தான் பயணிக்க வேண்டும். மற்றவர் கண்களால் நீங்கள் பார்க்க முடியாது. மற்றவர் காதுகளால் நீங்கள் கேட்க முடியாது. மற்றவர் புரிதலின் வழி நீங்கள் புரிந்து கொள்ள எண்ணாதீர்கள். மனதின் ஒவ்வொரு அசைவையும் நீங்கள் தான் உணர்வுடன் நோக்க வேண்டும். சிதறாத கவனத்துடன் நோக்கவேண்டும். வற்புறுத்தல் இல்லாத, நெறிப்படுத்தப்படாத, வெகுமானம் எதிர்பார்க்காத, அச்சமற்ற, தெளிவான பார்வையுடன் நோக்க வேண்டும். அத்தகைய உற்று நோக்கலே சுதந்திரம்.

கவனித்தல் என்பது ஒருமுகப்படுத்துதல் ஆகாது. ஏனெனில், ஒருமுகப்படுத்துதல், குறிக்கோளைத் தவிர்த்த ஏனையவற்றை ஒதுக்கிவைக்கிறது. அந்த குறிக்கோள் என்பதே எதிர்காலம், அதுவே கனவு. ஆனால், கவனம் என்பது முற்றிலும் வேறான ஒன்று. கவனம், திறந்திருப்பது. நமக்குள்ளும் வெளியிலும் இருக்கும் அனைத்து விஷயங்கள் குறித்தும் விழிப்புடன் இருப்பது. அது எதனுடனும் தன்னை பிணைத்துக் கொள்ளாது. கவனம் என்பதே கதவு.''

அப்படியானால், ஓர் ஆசிரியர் தனது மாணவனை அவதானித்து, அவனுக்குக் கவனப் பிறழ்வை ஏற்படுத்தும் காரணிகளைக் கண்டுபிடிக்க முடியுமா? அவனுக்குக் கவனச் சிதறல் எதனால் ஏற்படுகிறது? தன்னைச் சுற்றியுள்ளவற்றைப் பார்க்க அக்குழந்தைக்குப் போதுமான இடம் தரப்படுகிறதா? அச்சமோ, கருத்தோ, நம்பிக்கையோ இல்லாமல் கேட்கவும், உற்று நோக்கவும் அக்குழந்தைக்குச் சுதந்திரம் உள்ளதா? வெளியுலகத்தையும் அதுபோன்றே உள்ளிருக்கும் உலகத்தையும் தானாகவே அறிந்து கொள்ள அக்குழந்தையின் மனதிற்குப் போதுமான சுதந்திரம் கொடுக்கப்பட்டுள்ளதா? அக்குழந்தையின் மனம் அச்சமற்று இருக்கிறதா? தண்டனை குறித்த அச்சம்.. சாதிக்கவில்லை என்பது குறித்த அச்சம்.. சாதித்ததை இழந்தது குறித்த அச்சம்.. அதிகாரம் குறித்த அச்சமற்று இருக்கிறதா? அவன், அவனாகவே இருப்பதற்கான இடமாக, அந்தச் சூழல் இருக்கிறதா? இவையனைத்தையும் தெரிந்துகொள்ள அந்த ஆசிரியர் முற்றிலும் கவனத்துடன் இருக்க வேண்டும்.

கிருஷ்ணமூர்த்தி, ''இப்படி முழுக்கவனத்துடன் இருக்கும் மனதின் தரம் எப்படி இருக்கும்?'' என்று கேட்கிறார். ஆனால், இது எவராலும் பதிலிறுக்க முடியாத ஒரு கேள்வி: மனதின் நிலை, சொல் மற்றும் எண்ணத்திற்கு அப்பாற்பட்டது. ஒருவேளை முழுக்கவனத்துடன் கூடிய மனநிலையில் நீங்கள் இருக்கும்போது, நீங்கள் கதவினருகில் இருக்கிறீர்கள் என்று எடுத்துக் கொள்ள முடியுமா? எனில், முழுக்கவனத்துடன் அந்தக் கதவைப் பார்க்கக்கூடிய அந்த மனது எத்தகையது? அந்தக் கதவிற்கு அப்பால் தளைநீக்கம் காத்திருக்கிறதா? அது நமக்கு எப்படித் தெரியும்? அப்படித் தெரிந்தால், அந்தக் கதவின் வழியே நாம் எப்படிச் செல்வது? அல்லது அந்தக் கதவே புலனுணர்வா?

''எப்படி என்று கேட்காதீர்கள்'' என்கிறார் கிருஷ்ணமூர்த்தி. ''உங்களது விடுதலைக்கு வேறு யாரும் உங்களுக்கு வழிகாட்ட

முடியாது. ஒருவேளை நான் கூறினால், அது உங்களுக்கான விடுதலையைத் தந்துவிடுமா? மற்றவர்களால் நீங்கள் வழிநடத்தப்பட்டால், மற்றவரை நீங்கள் பின்பற்றினால், அந்த மற்றவரை நீங்கள் சார்ந்திருக்க வேண்டும். சார்ந்திருத்தல் பிரச்சனை ஒன்றைக் கொணரும். நீங்கள் மீண்டும் தொந்தரவில் மாட்டிக் கொள்வீர்கள். சார்ந்திருத்தல் எனும் பிரச்சனையை நீங்கள்தான் தீர்த்துக் கொள்ளவேண்டும். 'அறிந்திராத' வெளியில் நுழைவதற்கு நீங்கள்தான் துணிவுடன் முயற்சிக்க வேண்டும். உங்களால் செய்ய முடியுமா?'' அதனை முயற்சித்துப் பார்க்காமல், அது சாத்தியமா இல்லையா என்று நீங்கள் எப்படி அறிவீர்கள்?

முற்கூட்டியே முடிவெடுக்கும் எண்ணச்சார்பு நிலையை உங்கள் மனதிலிருந்து உதறுங்கள். முடியும் அல்லது முடியாதென்று கூறாதீர்கள். நீங்கள் தனியே பயணிக்கவேண்டும் என்பதை மட்டும் நினைவில் கொள்ளுங்கள். உடமைகள் ஏதுமின்றி, கருத்து ஏதுமின்றி, கடந்த காலத்தின் அறிவேதுமின்றி, எதிர்காலம் குறித்த நம்பிக்கையோ, கனவுகளோ இன்றிப் பயணிக்க வேண்டும். இவை உங்களை இழுத்துப் பிடிப்பன. உங்களுக்கு பாதிப்பைத் தருவன. அந்நிலையில் இந்த உலகத்திலிருந்தும், அறிந்த அத்தனை பொருட்களிலிருந்தும் முற்றிலும் விடுபட்ட நிலையில் நீங்கள் இருப்பீர்களா? இந்த உலகின் கவர்ந்திழுக்கும் பொருள்களிலிருந்து, கவனத்தைச் சிதறடிக்கும் விஷயங்களிலிருந்து, அனைத்து ஈர்ப்புகளிலிருந்தும் விடுபட்ட நிலையில் இருப்பீர்களா? அவையனைத்தையும் புரிந்தவராக, அனைத்தையும் பார்த்தவராக, அவற்றை உடைமையாக்கி கொள்ளும் விருப்பமோ, அவற்றை கைக்கொள்ள வேண்டும், பத்திரப்படுத்த வேண்டும் என்ற உணர்வு இல்லாமல் இருக்க முடியுமா..? பழையன எதுவும் உங்களுடன் ஒட்டிக் கொண்டிராமல், புதிய, பளிச்சிடும் விழிப்புணர்வுடன், முற்றிலும் புதியவராக மாற்றம் பெற்றிட, இப்பொருட்களைத் துறந்து, இறப்பதற்கு நீங்கள் தயாரா? உங்களால் இதனைச் செய்ய முடியுமா? இதனை நீங்களே கண்டுபிடியுங்கள். உங்கள் பயணத்தை நீங்களே செய்யுங்கள். அப்போது நீங்கள், உங்கள் மனம், மூளை, அறிவுத்திறன் உதவியுடன், உங்கள் முழுமையான ஆன்மாவின் உதவியுடன் 'அறிந்திராததை'த் தெரிந்து கொள்வீர்கள்.

ஆனால், எதையும் எதிர்நோக்காதீர்கள். நம்பிக்கை கொள்ளாதீர்கள். அப்படிச் செய்தால், அந்த எதிர்பார்ப்பையும், நம்பிக்கையையும் உடனடியாக நீங்களே கவனியுங்கள்; அப்படி நீங்கள் தெளிவாக, முற்சாய்வோ, பிறழ்ச்சியோ இன்றி அவற்றைப்

பார்க்கமுடிந்தால், எவ்விதப் போராட்டமோ முயற்சியோ இல்லாமல் அவை உதிர்ந்துவிடும். அந்தப் போராட்டம், அந்த முயற்சி- இவைதாம் உண்மையான பிரச்சனைகள். இவற்றிலிருந்தே அதிகமான பிரச்சனைகள் உருவாகின்றன. இதை நீங்களே பார்க்க முடியும். அதனைப் பாருங்கள், ஊற்று நோக்குங்கள். கூர்ந்து கவனியுங்கள். கூர்ந்து கவனிப்பது மட்டுமே அங்கே நடக்கட்டும். வேறெதுவுமின்றி, கூர்ந்து கவனிப்பது மட்டுமே. உண்மை உங்களுக்குள்தான் இருக்கிறது. விடைகளும் உங்களுக்குள்தான் இருக்கின்றன. ஆனால், உடைமை உணர்வு மற்றும் அச்சமென்ற கறையில்லாமல் உங்கள் மனம் இருந்தால்தான் அவற்றின் அருகில் நீங்கள் வர இயலும். உங்களால், உடைமையுணர்வற்று இருக்க முடியுமா? அந்தஸ்து மற்றும் அதிகாரப் படிநிலை உணர்வற்று இருக்க முடியுமா?

''நான் இன்னார், நான் இப்படிப்பட்டவன். நான் ஒரு ஹிந்து, ஒரு கிறித்துவன், முஸ்லீம், பார்ஸி, நான் ஓர் இந்தியன், ஒரு பாகிஸ்தானி, ஜெர்மானியன் என்ற உணர்வற்று இருக்க முடியுமா? எனது சேவைக்காக தேசத்தால் கௌரவிக்கப்பட்டவன் அல்லது நான் ஒரு புகழ்பெற்ற பாடகன், எழுத்தாளன். இப்படியான உணர்வுகளின்றிப் பார்க்க முடியுமா? எனில், செய்யுங்கள். தாமதத்தை அனுமதிக்காத அவசரத்துடன் அதனை உடனே செய்யுங்கள். காலம் அங்கே நுழையக் கூடாது. நீங்கள் காலங் கடத்தவும் கூடாது. காலம் தாழ்த்தினால், எண்ணத்திற்கும் செயலுக்கும் நடுவில் இடைவெளி உண்டாகும். அந்தக் காலம் என்ற இடைவெளிதான், துயரம். அதன் அனைத்து பிரச்சனை களுடனும் சிக்கல்களுடனும், காலம் என்ற நிலைக்கு நீங்கள் திரும்பியிருப்பதைக் காணநேரும். ஆகவே, சாக்குபோக்குகள் சொல்லி, அச்சத்தை காரணம் காட்டிச் செயலைத் தள்ளிப் போடாதீர்கள். உங்கள் உடைமைகளை, சிந்தனைகளை, கருத்து களை, பேரவாக்களை, பெருமைகளை, உங்களைப் பற்றிய உணர்வை அனைத்தையும் புறந்தள்ளி, மிக எளிமையாக இருங்கள்.''

''இதனை உங்களால் செய்ய முடியுமா?'' கிருஷ்ணமூர்த்தி திரும்பத் திரும்பக் கேட்கிறார். ''நீங்கள் அதனைச் செய்யும் வரை, நீங்கள் அதனைத் தெரிந்து கொள்ள முடியாது. ஆகவே செய்யத் தொடங்குங்கள். எடுத்துக்காட்டாக, காயம்படாதவராக, காயப் படுத்தாதவராக உங்களால் வாழமுடியுமா? காயம், குற்றவுணர்வு, கோபம் என்ற இந்தச் சுமைகளைத் தனிமனிதர்கள் சுமக்கிறார்கள்.

அனைத்து மக்களும், அனைத்து இனங்களும் சுமக்கிறார்கள். இந்தச் சுமைகளின்றி இலகுவாக உங்களால் வாழ இயலாதா? காய்ந்த இலைகள் இலேசாக உதிர்வதுபோல் அவை உங்களிலிருந்து வீழாதா? நீங்கள் அவற்றைச் சுமக்கிறீர்கள் என்றால், துயரத்தைச் சுமக்கிறீர்கள். துயரத்தாலும், காலத்தாலும் கட்டுப் பட்டவராகவே இருப்பீர்கள். காலம் எங்கு இருக்கிறதோ, அங்கே காலமின்மை இருக்க முடியாது என்பது தெளிவு."

கிருஷ்ணமூர்த்தி ஒன்றை மீண்டும், மீண்டும் கூறுகிறார். அந்தக் 'கதவை' உணரும் மனம், காலம் என்பதால் உருவாவது அல்ல. எதிர்காலத்தில் தன்னைப் பிரதிபலித்துக் கொள்ளும் கடந்த காலத்தால் உருவானதும் அல்ல. வாழ்வின் இக்கணத்தில், இப்பொழுதில் இருப்பைக் கொண்டிருப்பது அந்த மனம். வாழ்வின், இந்தப்பொழுதே மெய்யானது; அதுவே உண்மை. துயரத்தை உற்பத்தி செய்யும், நான் என்பதற்கும் நீ என்பதற்கும் இடையிலான வேறுபாட்டை உருவாக்கும், நமக்குள்ளிருக்கும் மையம், ஒரு பொய்யான, போலியான பொருளே; கடந்த காலம் என்ற நினைவுப்பதிவின் உருவாக்கமே. இவ்வளவு தூரம் வர முடிந்த உங்களால், சற்று அங்கேயே இருந்து பார்க்கமுடிந்தால், அது என்ன என்பதைக் கண்டுபிடிக்க முடியும். என்னவென்று கண்டுபிடிப்பதால், துயரம், சச்சரவு, அறிந்தது ஆகியவை முடிவுறுகின்றன. ஆனால், ஒன்றை மறக்கக் கூடாது. காலம் என்பதால் மாசுபடாத கபடமற்றத் தன்மை அங்கே இருக்க வேண்டும். இதனால்தான், இதிலிருந்து மேலெழுவது வயது வந்தவரைவிட குழந்தைக்கு எளிதாக இருக்கிறது. குழந்தையின் மனது மாசுபடாமல், கறைபடாமல் இருக்கிறது. கபடமற்றதாக, கெட்டுப்போகாமல் இருக்கிறது. இந்தக் கபடமற்றத் தன்மை மாசுபடாமல், முழுமையாக இருக்கும் வகையில் ஒரு குழந்தையை பேணி வளர்க்க முடியுமா? சுதந்திரமாக, ஆதரவைத் தேடாமல், ஊன்றுகோல் இல்லாமல் அக்குழந்தையை வளர்க்க முடியுமா?

20

குழந்தைக்குச் சரியான கல்வியை அளித்தல் என்றால் என்ன? சுதந்திரமானவனாக, மனம் ஒருநிலைப்பட்டவனாக, அச்ச மற்றவனாக குழந்தையை வளர்க்க வேண்டும்; அவனது உணர்வுகளைக் கல்வி மழுங்கடிக்கக் கூடாது; எதற்கும் ஏங்காத, பேராசையற்ற, போட்டி மனப்பான்மையற்ற, வேட்கையற்ற

இதயத்துடன் திறந்த மனம் கொண்டவனாக அவன் வளரவேண்டும்; வஞ்சமும், சூழ்ச்சியும் இல்லாத இதயம் கொண்டவனாக, மனதளவில் எப்போதும் குழந்தையாக இருப்பவனாக அவனை வளர்க்க வேண்டும்; தன்னைச் சுற்றியிருக்கும் உலகின் தாக்கத்தால் சீரழிந்து போகாதவனாக வளர்க்க வேண்டும்; எனில், நீங்கள் அவனுக்குச் சரியான கல்வி அளிக்கிறீர்கள். ஒட்டுமொத்த மானுட இனத்தின் மாற்றத்தை, மனித இனத்தின் வேதனை மற்றும் துயரத்தின் முடிவை அக்குழந்தையில் நீங்கள் பார்க்க முடியும்.

ஆனால், நமது கல்விமுறை இந்த வழியில் செல்லவில்லை. நமது பள்ளிகள், அச்சங்களையும் பொறாமைகளையும் விருத்தி செய்யும் இடங்களாகவே பெரும்பாலும் இருக்கின்றன. (நாம் அதனைச் சுகாதாரமான நலம்தரும் போட்டி என்று எளிதாக அழைக்கிறோம். போட்டி, இயல்பாகவே நலமற்றது என்பதைப் பார்க்க மறுக்கிறோம். அதற்கு நீங்கள் என்ன செய்தாலும், எத்தகைய ஆடை அணிவித்தாலும், மறைத்தாலும் போட்டி எப்போதும் நலமற்றதாகவே இருக்கும்.)

இந்தத் தாக்கத்தின் காரணமாகவே, கல்வி முறையில் அடிப்படை மாற்றம் தேவை என்று கிருஷ்ணமூர்த்தி கூறுகிறார். பொதுவாக, தனிமனிதன் வன்முறையாளனாக இருக்கும் உலகம் வன்முறை மிகுந்த உலகமாகவே இருக்கும். ஏனெனில், தனிமனிதன்தான் உலகம். உலகத்தை மாற்ற வேண்டுமென்றால், தனிமனிதனைத்தான் மாற்ற வேண்டும். அதுபோல், குழந்தையை வளர்த்தெடுக்கும் ஆசிரியர் அடிப்படையில் மாற்றம் பெறவில்லை என்றால் பள்ளியிலும் இது நிகழாது. ஆசிரியருக்குள் மாற்றம் ஏற்படவில்லை என்றால், முரண்பாடுகளும், திகைப்பூட்டும் வன்முறையும், வேதனையும் நிறைந்த இந்த உலகம் அப்படியேதான் இருக்கும். அனைத்தும் தனிமனிதனில் தொடங்கி தனிமனிதனில் தான் முடிகின்றன. வெளியுலக இயக்கங்களும், மனிதருக்குள்ளான இயக்கங்களும் தனித்தனி அல்ல. அவை, ஒன்றே. பிளவற்றவை. முழுமையானவை.

இந்தியா, இங்கிலாந்து, அமெரிக்க நாடுகளில் தான் நிறுவிய பள்ளிகளுக்கு கிருஷ்ணமூர்த்தி அடிக்கடி செல்வார். அப்பள்ளிகளின் ஆசிரியர்களுடன், குழந்தைகளுடன் உரையாடுவதில் அவர் அயர்ந்ததில்லை. பள்ளிக்கூடம் கற்பதற்கான இடம். கட்டுப்பாடுகளின்றி குழந்தைகள் வளர்த்தெடுக்கப்படும், வளர்வதற்குரிய இடம். தங்களையும், தங்களைச் சுற்றிய உலகத்தையும் அவர்கள்

புரிந்துகொள்ளும் இடம். தன்னைச் சுற்றிய உலகை, நிலப்பரப்பை, அதன் அழகை, அதன் அற்புதத்தை, அதன் அருவருப்புகளுடன் பார்க்கவும், கவனிக்கவும், பள்ளிக்கூடத்தில்தான் குழந்தை கற்றுக் கொள்கிறது.

நீர் நிலைகளின் அருகிலிருக்கும் மரங்களையும், தூரத்துக் குன்றுகளையும், புல்லினிடயே புகுந்துசெல்லும் நாகத்தையும் பார்ப்பதற்குப் போதிய நேரம் அம்மாணவனுக்கு இங்கே கிடைக்கும். தன்னைச் சுற்றியிருக்கும் உலகை, காரில் செல்லும் பணக்காரனை, தலையில் கூடை சுமந்து காய்கறி விற்பவளை அந்தக் குழந்தையால் இங்கே பார்க்க முடியும். பார்ப்பதற்கும் வளர்வதற்கும், சுதந்திரமாகச் சிந்திப்பதற்கும், எழும் கேள்விகளைக் கேட்பதற்கும், தனக்கான விடைகளைத் தேடுவதற்கும், அச்சமின்றி இயங்குவதற்கும் தேவையான இடம் குழந்தைக்கு இங்கே கொடுக்கப்படுகிறது. அதன் பொருள், அக்குழந்தையைச் சூழ்ந்திருக்கும் ஆசிரியர்கள் மதிநுட்பம் வாய்ந்தவர்களாக, இவை பற்றியெல்லாம் தெரிந்தவர்களாக இருக்க வேண்டும். அதாவது, தேடலுக்கான ஊக்கத்தைத் தனக்குள் கொண்டவராக ஆசிரியர் இருக்க வேண்டும்; தனக்குள்ளாகவும், சுற்றியிருக்கும் உலகையும் அவர் பார்க்க வேண்டும்; அவை இரண்டும் வேறல்ல என்பதை உணரவேண்டும். ஒன்று மற்றொன்றின் பிரதிபலிப்பே அல்லது பிம்பமே.

பள்ளிக்கூடத்தில் ஆசிரியர் திறந்த மனதுடன், எதையும் கண்டு அஞ்சாதவராக இருக்க வேண்டும். இதன் பொருள், கல்வி தொடர்பான விஷயங்கள், இதர செயல்பாடுகள் முக்கிய மற்றவையாக புறக்கணிக்கப்பட வேண்டும் என்பதல்ல. அனைத்திலும் முக்கிய அங்கமாக, கல்வி முறையின் ஒன்றிணைந்த பகுதியாக நேர்த்தி இருக்கவேண்டும். அதுமட்டுமின்றி, ஒரு கல்வி நிறுவனத்தில், மாணவனும் ஆசிரியரும் நேர்த்தியை அடைய ஒன்றாக உழைக்க வேண்டும். உற்சாகத்தையும், மகிழ்ச்சியையும் பகிர்ந்து கொள்ளல், பெருந்தன்மையுடன் கொடுத்தல் மற்றும் எடுத்துக் கொள்ளல் போன்றவை எண்ணத்தின் தலையீடின்றி நடைபெற வேண்டும். இது சாத்தியமா? என்று கேட்கிறார் கிருஷ்ணமூர்த்தி. அதனை மாணவனும், ஆசிரியரும் இணைந்தே கண்டறிய வேண்டும் என்கிறார் அவர். அதிலிருக்கும் உண்மையை இருவருமே தேடவேண்டும். இரண்டாம் தரமானது எதையும் அதாவது மற்றவரின் அனுபவத்திலிருந்து பெற்றதை அவர்கள் பயன்படுத்தக் கூடாது. தயாராக இருக்கும் தீர்வுகளை எந்தப்

பிரச்சனைக்கும் அவர்கள் ஏற்றுக் கொள்ளக்கூடாது. அதன் பின்னர்தான் அறிவுத் திறன் தெளிவான ஒளியுடன் பிரகாசிக்கும். கற்றலை, மெய்யான கற்றலைக் கொணரும்.

இதன் காரணமாகத்தான் 'கிருஷ்ணமூர்த்தி பள்ளிகள்' தோன்றின. இன்றும் அவை உயிர்ப்புடன் வாழும் அமைப்புகளாக இயங்கி வருகின்றன. இதன் பொருள், இந்தப் பள்ளிகளில் அனைத்தும் மிகச் சரியாக இருக்கின்றன, மாணாக்கர்களும் ஆசிரியர்களும் மாற்றம் பெற்றுவிட்டனர் என்பதல்ல. உலகில் ஏதாவது ஓர் இடத்தில் இயங்கும் கல்வி நிறுவனங்களுக்கு இருப்பதைபோல் இவற்றிற்கும் பிரச்சனைகளும், வரையறைகளும் இருக்கின்றன. சொல்லப் போனால், அவற்றைவிட பெரும் சவால்களை இவை சந்திக்கின்றன.

கிருஷ்ணமூர்த்தி தத்துவத்தின் அடிப்படையில் இயங்கும் பள்ளிகள் பற்றி இவ்வாறு கூறலாம்: குழந்தைகளின் சரியான வளர்ச்சி சார்ந்த விஷயங்கள் பற்றியும், நலம்தரும் விஷயங்களால் அறிவுத்திறனால் அவர்களின் மனங்கள் மலர்வதைப் பற்றியும் ஆழ்ந்து சிந்திக்கும் அர்ப்பணிப்புள்ள மனிதர்களால் அவை நடத்தப்படுகின்றன. ஏதேனும் தீர்வுகள் வரக்கூடும் என்றால், மனிதர்களில் ஏற்படவேண்டிய மாற்றத்தின் மூலமாகவே அவை இருக்க வேண்டும். மிக ஆழமான, அடிப்படையில், மனித ஆன்மாவின் மையத்தில் உருவாக வேண்டிய மாற்றம். அதற்கு ஒரேவழி, சரியான கல்வி முறையே. புரிந்து கொள்ளல் மூலமாக, சரியான வாழ்க்கைமுறை மூலமாக, முழுமையான மனிதன் மூலமாகவே சரியான கல்வி கிடைக்கும். சிதறிய மனம் கொண்ட மனிதன் மூலம் கிடைக்காது. மாணவனுடன் ஆசிரியரும் உடன் செல்வாரா? இதனுள் நுழைந்து, எது சரியான வாழ்க்கை? நன்மைதரும் விஷயங்கள் என்ன? உண்மையான கற்றல் என்பது என்ன என்பதைத் தேடுவாரா? ஆராய்ந்து கண்டுபிடிப்பாரா? கிருஷ்ணமூர்த்தி பள்ளிகளில் நிலையான, தொடர்ச்சியான கருத்துப் பரிமாற்றங்கள் நிகழ்கின்றன. நிலையான புதுப்பித்தல்கள், நிலையான மீள்சிந்தனைகள், மீள்பார்வைகள் நிகழ்கின்றன. ஒவ்வொரு ஆண்டும் இந்தியாவின், உலகின் பல பகுதிகளிலிருந்தும் விஞ்ஞானிகள், கலைஞர்கள், கல்வியாளர்கள் இங்கு கூடுகிறார்கள். கலந்துரையாடுகிறார்கள். பல்வேறு விஷயங்கள் பற்றி, குறிப்பாக இளைஞர்களின் கல்வி மற்றும் வாழ்க்கையின் முக்கியத்துவம் குறித்து விவாதிக்கிறார்கள்.

கிருஷ்ணமூர்த்தியின் பல நூல்கள், கல்வி குறித்தும் பள்ளிகள் குறித்தும் பேசுகின்றன. இவை மட்டுமின்றி, இந்தப் பள்ளிகளின் ஆசிரியர்களுக்குத் தொடர்ந்து அவர் எழுதிய ஏராளமான கடிதங்களும் இருக்கின்றன. வளரும் குழந்தைகளின் பெற்றோர்களுக்கும், ஆசிரியர்களுக்கும் இந்த எழுத்துகள் மிக மிக முக்கியமானவை. வாழ்க்கையுடன் நம்மைப் பிணைத்திருக்கும் கட்டுத்தளைகள் தொலைந்துபோய், மிகவேகமாக மாறிவரும் உலகில் இளைஞர்களின் கல்விக்கு இவர்கள்தானே பொறுப்பு.

21

கிருஷ்ணமூர்த்தி தனது உரைகளின் மூலமும், படைப்புகள் மூலமும் நம்மைச் சந்திக்கும் வேறொரு விஷயமும் இருக்கிறது. இறப்பைக் குறித்த கேள்வி. அது மாறாதிருக்கும் மெய். பெரும்பாலான மனிதர்கள் சிந்திக்கவும், பேசவும் தயங்கும் விஷயம். மனந்திரிந்த நிலையில் இறப்பைப்பற்றித் தான் பேசவில்லை என்று அவர் வலியுறுத்துகிறார். அது வாழ்க்கையின் ஒருபகுதி, அதிலிருந்து அதனைப் பிரிக்க முடியாது என்பதால் அதைப்பற்றி அவர் பேசுகிறார். தொடர் சொற்பொழிவுகள் நிகழும்போதெல்லாம், அந்தத் தொடர், பெரும்பாலும் இறப்பு குறித்த, கிருஷ்ணமூர்த்தியின் சொற்பொழிவுடனே முடியும். அதுமட்டுமின்றி, அதைப்பற்றி அவர் பேசும்போது, தங்கள் வேர்கள் ஆடுவது போன்ற உணர்வுடன் பலரும் அரங்கத்தை விட்டு வெளியேறுவார்கள். அது ஏனெனில், நம்மில் பெரும்பாலோர் இறப்பைப்பற்றி பேச விரும்புவதில்லை. நினைப்பதும் இல்லை. நம் அனைவருக்குள்ளும் உறைந்திருக்கும் நடுக்கம் தரும் அந்த அச்சத்தைச் சந்திக்க விரும்புவதில்லை: முடிந்து போதல் குறித்த அச்சம்; தொடர்ந்து இருக்கப்போவதில்லை என்ற அச்சம்.

இறப்பு, அனைத்திற்கும் முடிவைக் கொண்டு வருகிறது. ஆனால் அது நிச்சயமானது. அதுமட்டுமின்றி, அது நம்மை பயமுறுத்துகிறது. அதனால் நாம் கொள்கைகளுக்குள், விவரிப்புகளுக்குள் நம்மை அடைத்துக் கொள்கிறோம். தேற்றிக் கொள்கிறோம். இறப்பைச் சுற்றி விசித்திரமான கதைகளைப் பின்னுகிறோம். அதன்மூலம் யதார்த்தத்திலிருந்து தப்பிக்க முயல்கிறோம். முடிவேயின்றி நாம் தொடர்வோம் என்று கற்பனை செய்கிறோம். நமது சிருஷ்டிகள் மூலமாக உயிர்வாழ விரும்புகிறோம். நமது நினைவுகள் மக்களின் மனதில் தொடர்ந்து

இருக்க வேண்டும் என்று விரும்புகிறோம்: நாம் உருவாக்கிய கலைச்சிற்பங்கள் மூலம், நமது குழந்தைகள், பேரக்குழந்தைகள் மூலம் அல்லது நமது கற்பனைகள் மூலம் ஓர் எதிர்கால வாழ்வை, அல்லது இப்போதைவிட மேலும் சிறப்பான, பலவிதமான எதிர்கால வாழ்க்கைகளை சிருஷ்டிக்க விரும்புகிறோம். அதன்மூலம் எப்போதும், முடிவின்றி மகிழ்ச்சியாக இருக்க விரும்புகிறோம். ஆகவேதான், வானுலகம், சொர்க்கம், மறுபிறவி போன்றவற்றைக் கண்டுபிடிக்கிறோம்.

இறப்பின்போது, நமது உடமைகள் அனைத்தும் நம்முடன் வருவதில்லை என்பதைப் புரிந்து கொள்ளுங்கள். (அவற்றை வீட்டு உபயோகப் பொருட்கள் என்கிறார் கிருஷ்ணமூர்த்தி) காலப் போக்கில், கடந்த காலத்தில் நாம் சேர்த்தவை. வாழ்க்கைக்குரிய பொருட்கள் மட்டுமல்ல, உணர்வு சார்ந்த நமது எதிர்பார்ப்புகள், நமது பேரவாக்கள் மற்றும் கனவுகள் ஆகியவையும் இதில் அடங்கும். நமது குழந்தைகள் மூலம் நாம் வாழ்வோம் என்று நம்புகிறோம். சாவை வெற்றிகண்டு தொடர்ந்து வாழ விரும்புகிறோம். என்ன விலையானாலும் இவ்வுலகில் தொடர விரும்புகிறோம். என்ன செய்தேனும் என்றைக்காவது ஒருநாள் வரப்போகிற சாவை முறியடிக்க விரும்புகிறோம். அதை எப்படி நம்மால் தள்ளிவைக்க முடியும்? ஏனெனில் அதனை நம்மால் ஒன்றும் செய்யமுடியாது.

எவரும் இறப்பை அறிந்ததில்லை. எளிமையான தெளிவான உண்மையை கிருஷ்ணமூர்த்தி கூறுகிறார். அதைப்பற்றி எண்ணற்ற கருத்துகள் நாம் கொண்டிருக்கிறோம். இறப்பிற்குப் பிறகான வாழ்க்கை பற்றி எண்ணற்ற கொள்கைகளை நாம் கட்டமைத்திருக்கிறோம். மறுபிறவி போன்ற பல, பல. இறுதியில், இவையனைத்தும் கொள்கைகள், நம்பிக்கைகள் மட்டுமே. ஆனால், அந்த மாபெரும் புதிர் தொடர்ந்து இருக்கிறது. நமக்கு ஒன்றுமே தெரியாத ஒன்றைப்பற்றி நாம் பயப்படுகிறோம். இங்கே, மீண்டும் நமது பயமே நமக்கு பிரச்சனைகளைக் கொண்டு வருகிறது. அதிலிருந்து வெளிவர தெளிவான சிந்தனையும் எண்ணமுமே வேண்டும். அதைத் தவிர்த்து வேறு வழியில்லை. நம் சிந்தனைகளில் குழப்பம், நம் கண்களை மறைக்கும் படலங்கள், நமது முற்சாய்வுகள், நமது ஆசைகள், நமது ஏக்கங்கள் இவற்றைத் தவிர்ப்பதை விடுத்து நமக்கு வேறு தெரிவில்லை.

அச்சமின்றி, கண்டனமின்றி, எவ்விதக் கொள்கைகளுமின்றி கிருஷ்ணமூர்த்தி இறப்பை பார்க்க வைத்தார். இறப்பு நம் வாழ்வின்

ஒரு பகுதி என்பதை அறிவோம். வாழ்க்கையிலிருந்து பிரிக்க முடியாதது. இதனை முழுமையாக மாயை ஏதுமின்றி புரிந்து கொள்ளுங்கள். அதனை நேருக்கு நேர் சந்தியுங்கள். அப்படிப் பார்க்கையில், இறப்பின்போது நாம் தனித்தே இருக்கிறோம் என்பதைக் கவனிப்பதில்லையா? எவ்விதமான உடைமைகளும் இல்லாமல் இருக்கிறோம் என்பதையும். இறப்பிற்குப்பின், அந்த உடலுக்கு முக்கியத்துவமில்லை; பயனேதுமில்லை. ஏனெனில் அவ்வுடல் எரிக்கப்படும் அல்லது பறவைகளுக்கோ புழுக்களுக்கோ இரையாக்கப்படும். அதன் பிறகு என்ன? என்று கேட்கிறார் கிருஷ்ணமூர்த்தி.

நாமறிந்த, நாம் மிகவும் நேசித்த இந்த உடல் சிதைந்து போனபிறகு என்ன நடக்கும்? அதனை நாம் எவ்வாறு கண்டறிவது? நாம் உயிருடன் இருக்கும்போதே, சுவாசிக்கும்போதே இறப்பின் அனுபவம் நமக்குக் கிடைக்குமா? உயிருடன் இருக்கும்போதே ஒருவர் இறக்கமுடியுமா? தொடரும்போதே ஒருவர் முடிவுற முடியுமா? ஒருவர் சேர்த்து வைத்திருக்கும் பெயர், புகழ், செல்வம், கல்வி, குடும்பம், நண்பர்கள், அறிவு அனைத்தும், அந்த ஒருவர் ஒன்றுமில்லை என்பதுபோல், ஒரு கணத்தில் உதிர்ந்து போகுமா? அந்நேரத்தில் நேற்றைய குவிப்புகளில் இருந்தும், எதிர்காலத்தின் அனைத்து எதிர்பார்ப்புகளில் இருந்தும் ஒருவர் விடுபடுகிறார்; அதனால் காலத்திலிருந்தும் அவர் இயல்பாக விடுதலை பெறுகிறார். முடிவற்று தொடர விரும்புவது, எவர் அல்லது எது? அது நமக்குள் இருக்கும் கருமையமா, மனதின் கருவா, எண்ணத்தின் கருவா? இதுவரை வந்த உங்களால், அந்த மையத்தை, கருவை, நான் என்பதை, அனைத்து எண்ணங்களின் மூலாதாரத்தை, காலம் என்பதின் மூலாதாரத்தைத் தொட இயலுமா? அந்தப் புள்ளிக்கு நீங்கள் வரும்போது, அந்த மையத்தை உண்மையில் காணும்போது, அந்த அது, நான் என்பதே என்பதைப் புரிந்து கொள்ளும்போது, அப்போது மனநிலை எவ்வாறு இருக்கும்?

அவர் இறப்பைப் பற்றி பேசும்போது, பார்வையாளர்களில் ஒருவர் இறப்பெனும் அனுபவத்திற்குள் நுழைந்து வெளிவருவார். பேச்சின் முடிவில் மாற்றம் பெற்றவராக அந்த இடத்தைவிட்டு வெளியேறுவார். அல்லது ஒன்றுக்கும் மேற்பட்டவர்களும் இருக்கக்கூடும். அல்லது, தாக்கமுறாமல், பாதிப்படையாமல் நூற்றுக்கும் மேற்பட்டவர்கள் வெளியேறுவார்கள். அர்த்தமற்ற வேலைப்பளு, பொழுதுபோக்கு போன்ற மிகச்சாதாரண விஷயங்களால், வேதனைகள் மற்றும் துயரங்களால் கட்டுப்பட்டு,

எப்போதும், தனிப்பட்ட தங்களது உலகங்களில் வாழ்ந்து கொண்டிருப்பார்கள் அவர்கள்.

கிருஷ்ணமூர்த்தியின் வாழ்க்கையும் அவரது சொற்களும் மக்களுக்கு என்ன செய்தன என்பது பற்றி எவராலும் சொல்ல முடியாது. யார் சொல்வார்கள்? எவரையும் தன் கொள்கைக்கு மாற்ற அவர் முயலவில்லை. ஒரு புதிய மதத்தையும் அவர் பிரச்சாரம் செய்யவில்லை. அல்லது ஒரு புதிய வழிபாட்டு மரபையும் அறிமுகப்படுத்தவில்லை. எனில், இந்த உலகம் முழுவதும் ஏன் பயணிக்கிறீர்கள்? உரை நிகழ்த்துகிறீர்கள்? இந்தக் கேள்விக்கு அவரது பதில் குழந்தையின் பதிலைப்போல எளிமையானது, நேரிடையானது. ஏனெனில், என்னிடம் மாற்று வழி ஏதும் இல்லை; எந்தத் தெரிவும் இல்லை; பூத்து மலர்ந்து, தன்னைச் சுற்றிலும் சுகந்தத்தைப் பரப்புவதைத் தவிர்த்து ஒரு பூவிற்கு எந்த தெரிவும் இல்லையல்லவா? கேட்க விரும்புகிறவர்கள் அவரைத் தேடி வரலாம், கேட்கலாம். எவரும் கட்டாயப்படுத்தப் படுவதில்லை.

ஆனால், அவர்கள் கேட்டனர். ஏனெனில் இறப்பு நம் அனைவரையும் தொட்டுச் செல்வது. தப்பித்துச் செல்ல முடியாதென்றும் நாம் அறிவோம். இறப்பு மெய்யென்பதைப் புரிந்து கொண்டால், அதுபோன்றதே நமது இறப்பும், நமக்கு மிக நெருக்கமானவர்களின் இறப்பும் என்பது புரிந்துவிட்டால், அனைத்துத் தப்பித்தல்களும் முடிவுக்கு வரும். இனியும் நாம் இதனைப் புறக்கணிக்க முடியாது. தள்ளிவைக்க முடியாது. நமக்கோ அல்லது நமது அன்புக்குரியவர்களுக்கோ இறப்பு என்பதே இல்லை என்று ஒருவேளை நாம் பாசாங்கு செய்யலாம். ஆனால் அதனால் எந்தப் பயனும் இல்லை. அது நம்மை ஏமாற்றக்கூடியது. உண்மையைக் காட்டாமல் கண்ணை மூடுவது.

ஆகவே, அப்போது அந்தப் பாதை நமக்கு மூடப்பட்டு விட்டால், இறப்பு நிச்சயம் என்று தெரிந்துவிட்டால், இந்த எளிமையான அப்பட்டமான உண்மையை நேரிடையாக சந்திக்கவேண்டியிருந்தால், எவ்விதச் சலனமுமின்றி, நம் கண்களை மூடிக்கொள்ளாமல், நம் கற்பனைக்குள் தப்பித்துச் செல்லாமல் அங்கேயே நம்மால் இருக்க முடியுமா? மனதில் எவ்வித சலனமுமின்றி அங்கேயே இருந்து இறப்பின் இயல்பைக் காண முடியுமா? அந்தப் புள்ளியில் நாம் இறப்புடன் ஒன்றாகி விடுகிறோம்: அந்தப் புள்ளியில் இறப்பு நம்மிலிருந்து பிரிக்க முடியாத ஒன்று என்பதை உணர்கிறோம். இந்த மனோநிலை

நமக்கு எப்போதும் இருக்குமா? ஒவ்வொரு கணமும் நாம் இறக்கமுடியுமா? நாம் இந்த உண்மையுடனேயே, சுவாசிக்கும், உயிர் வாழும் ஒவ்வொரு கணமும் இறக்கிறோமா? இறப்பு என்று நாம் அழைக்கும், நாம் அறிந்த இந்த விஷயத்துடன் மாறாத தொடர்புடன் இருக்கிறோமா? உண்மையாக அதனை அறிந்திருக் கிறோமா? அன்பையொத்த தீவிரத்துடன் அதனை அறிந்திருக் கிறோமா? அதாவது இதன் பொருள்..அனைத்து விஷயங் களுக்காகவும் ஒவ்வொரு கணமும் நாம் இறக்கிறோமா.. பௌதீக ரீதியாக நிச்சயம் இல்லை (அது சாத்தியமற்றது).. ஆனால், நமது அனைத்து உடைமைகளுடன் நாம் இறக்கிறோமா? அவரது உரையைக் கேட்பவர்களிடம் கிருஷ்ணமூர்த்தி கேட்பதுண்டு. உயிருடன் இருக்கும்போதே, சுவாசிக்கும்போதே நீங்கள் இறந்து போவீர்களா?

மரணம் என்ற அந்த நிலையை, உங்களது மரணத்தை, எனது மரணத்தை முழுமையாக அறிந்து, உங்களது அனைத்தும், உங்களின் ஒவ்வொரு உறுப்பும் மரணத்தை அறிந்தபின், எதிர்ப்பேதுமின்றி அச்சமேதுமின்றி, தெரிவேதும் சிந்தனையில் வைத்துக் கொள்ளாமல், அனைத்து விஷயங்களும் உங்களை விட்டுப் போவதற்கு நீங்கள் அனுமதிப்பீர்களா? இவ்வாறு செல்ல அனுமதிப்பதே துயரத்திலிருந்து விடுதலையைத் தரும். ஆனால், தேகம் இறக்கும்போது நம்மில் பெரும்பான்மையோர் மரணிப்பதில்லை. நாம் தொடர்கிறோம். நாம் முழுமையான ஆற்றல் நிறைந்து இருக்கிறோம். அவற்றை அனைத்து இடங்களிலும் பார்க்கிறோம். வாழ்வு என்று நாம் அழைக்கும் இதனுடன், நமது உடைமைகளுடன் நாம் ஒட்டிக்கொண்டு இருக்கிறோம். இறப்பிலிருந்து, நாம் அறிந்திராதவற்றிலிருந்து பாதுகாப்புடன் இருப்பதாக நம்புகிறோம். அறிந்திராத ஒன்றின் மீதான அச்சத்தால், அறிந்தவையுடன் நாம் ஒட்டிக்கொள்கிறோம். இறப்பெனும் யதார்த்தத்தை, அந்த ஒரே யதார்த்தத்தைப் பார்க்க விரும்பாமல் கண்களையும் மனதையும் மூடிக்கொள்கிறோம்.

அறிந்தவற்றிலிருந்து விடுதலை என்பது என்ன? நமது கேள்விக்கு கிருஷ்ணமூர்த்தி திரும்பத் திரும்ப, சமரசம் ஏதுமின்றி சொல்லும் பதில், இதனை என்னவென்று எவராலும் உங்களுக்குக் கூறமுடியாது; சொற்கள் மூலமாக உங்களுக்கான புரிதலை எவராலும் கொண்டுவர முடியாது என்பதே. ‘‘சொற்களால் நாம் வாழ்கிறோம். நமது விடுதலையை, புரிதலை சொற்களில்தான் நாம் தேடுகிறோம். ஆனால், சொற்கள், இறந்து போன விஷயங்கள்.

சொற்களைவிட மேலான ஒன்றுடன் சென்று, மெய்யானதைச் சந்திக்க முனையுங்கள். நீங்கள், உங்கள் அனைத்துடனும், உங்கள் ஒட்டுமொத்த ஆன்மாவுடனும் அதனை எதிர்கொள்ள முயலுங்கள். நீங்கள் விடுதலைபெற வேண்டுமானால், இறப்பு என்று அழைக்கும் இதனை நீங்கள் தொடவேண்டும். அச்சமின்றி அதனுடன் நீங்கள் பயணிக்கவேண்டும். திறந்த இதயத்துடன், திறந்த மனதுடன் நீங்கள் செல்ல வேண்டும். உங்கள் அறிவு, பாரம்பரியம், உங்கள் நம்பிக்கைகள் அனைத்தையும் துறந்து செல்லவேண்டும். கொழுந்துவிட்டு எரியும் ஒரே கேள்வியான மரணத்தைத் தேடுதலில் மட்டுமே உங்கள் அக்கறை இருக்கவேண்டும். அத்தேடுதலே, வாழ்வை, எப்படி வாழ்வது என்பதைத் தேடுவது. அதுவே உண்மையை, யதார்த்தத்தைத் தேடுவதாகும். எனில் அப்போது வாழ்வின் ஒவ்வொரு கணமும் இறப்பின் கணமாக இருக்கும். உங்களுக்குள் நுழையும், வெளியேறும் அந்தக் கணத்தை உற்றுப்பாருங்கள். அப்படிக் கவனிக்கும்போது, உங்களுக்குள் இருக்கும் அந்த இயக்கமும், இல்லாத அந்த இயக்கமும் ஒன்றே என்பதை உணர்வீர்கள். இரண்டுக்கும் இடையில் வேறுபாடு ஏதும் இல்லை. கவனிப்பவர்தான் கவனிக்கப்படுபவரும்.''

இறப்பு என்னும் நிலத்திற்குள் இந்தப் பயணம் நெடியதான ஒன்று. அல்லது அது ஒரு பயணமே இல்லை. அந்த விடுதலை, மிக நெருக்கத்தில் இருக்கலாம். ஒருவேளை அது இந்த அருகில், இந்த இப்பொழுதில், வாழும் இந்தக் கணத்தில் இருக்கலாம்.

22

1985ஆம் ஆண்டின் குளிர்பருவத்தில் அவர் மீண்டும் இந்தியாவிற்கு வந்தார். அவர் உரையைக் கேட்பதற்கு கூடியோர் மத்தியில் அவர் தொடர்ந்து பேசிக் கொண்டிருந்தார். ஆனால், அவரது இறுதி நாள் மிக அருகில் இருந்தது. இப்போது அவர் முதுமையால் நைந்து பலவீனமாகத் தோன்றினார். ஏறத்தாழ தொன்னூறு வயது. கட்டுப்பாடான வாழ்க்கை அவருடையது. ஆனால், மிகக்கடுமையான ஒன்றல்ல. அவர் வலுவான, உறுதியான உடற்கட்டு கொண்டவரல்ல. வாழ்நாள் முழுவதும் சுவாசத் தொற்றால், சுரத்தால் பாதிப்பிற்கு உள்ளானவர். சில நேரங்களில் இரைப்பைக் கோளாறால் அவதிப்பட்டார். அவருடைய நெருங்கிய நண்பர்களாகவும் இருந்த மருத்துவர்களால் அவருக்கு சிகிச்சை

அளிக்கப்பட்டது. யோகப் பயிற்சிகளும் தொடர்ந்து செய்து வந்தார். புகழ்பெற்ற தேசிகாச்சாரியார் அவருக்கு ஆசிரியராக இருந்தார். அற்புதமான உறவு இருவருக்குமிடையில் இருந்தது. மிக அதிகாலையிலேயே அவருடைய நாள் தொடங்கிவிடும். எங்கிருந்தாலும் நெடிய நடையுலாக்களை, பெரும்பாலும் தனியாகவே அவர் மேற்கொள்வார். அணியும் உடைகளில் மிகக் கவனமாக இருப்பார். தனது ஆடைகளை கவனமாகப் பராமரிப்பார். அனைத்து விஷயங்களிலும் ஒருவர் விழிப்புடன் இருக்க வேண்டும் என்று அடிக்கடி அவர் கூறுவார். ஒருவர் நடக்கும் முறை, பேசும் முறை, நிற்கும், அமர்ந்திருக்கும், உணவுண்ணும் முறைகளில்.. உங்களை, உங்களது செயல்களை உன்னிப்பாக கவனியுங்கள். நீங்கள் நடந்து கொள்ளும் முறைகளில், எதிர்வினையாற்றும் முறையில் உணர்வுபூர்வமாக இருங்கள் என்பார்.

அவரைத் தூற்றுபவர்களும் இருந்தனர். அதுமட்டுமல்லாமல் அவரை விமர்சித்தவர்களும் உண்டு. இரண்டு பெரிய வழக்குகளில் அவர் சிக்கிக் கொண்டார். ஆனால், அதற்கான காரணங்கள் அவரது கட்டுப்பாட்டில் இருக்கவில்லை. முதலாவது, சிறுவனாக, அன்னி பெசண்ட்டின் வளர்ப்பு மகனாக இருக்கையில். இரண்டாவது அடையாறிலிருந்த சொத்துகள் குறித்த வழக்கு. வழக்குகள் அவர் மீது சுமத்தப்பட்ட பழியே. ஆனால், உலக நடைமுறை இதுதான் என்று அவர் அதனை ஏற்றுக் கொண்டார். இந்த வழக்குகளால் பாதிக்கப்பட்டதாக எவ்வித அறிகுறிகளையும் அவர் காட்டியதில்லை.

சில நேரங்களில், ''உண்மையில் அவர் உலகத்தின் ஞானா சிரியனாக இருந்தாரா?'' என்று சிலர் கேட்டதுண்டு. தன் வாழ்நாளின் இறுதிவரை அன்னி பெசண்ட் இந்த நம்பிக்கையைக் கைவிடவில்லை. பிரம்ம ஞான சபையிலிருந்து அவர் விலகிய பின்னரும், தொன்மையான அமைப்பை ஆதரித்த பிரம்ம ஞானிகள் பலரும் இந்த விஷயத்தில் நம்பிக்கை கொண்டவர்களாகவே இருந்தனர். கிருஷ்ணமூர்த்தியும் எப்போதும் இதனை மறுத்ததில்லை. தெரிந்து கொள்ளும் ஆர்வத்துடன் கேட்பவர்களிடம், பெயர் என்பது முக்கியமற்றது என்பார். அவரது செய்தி அனைவருக்குமானது. தேசம், இனம், நிறம், சமயக் கோட்பாடு, தகுதி வேறுபாடுகளின்றி கேட்பவர்களைச் சென்றடைவது. இந்த ஒன்றே மானுடத்தின் ஏனைய பெரும் சிறப்புமிக்க ஆசிரியர்களுக்கு இணையாக அவரை வைக்காதா?

அவரது மொழி எளிமையானது. நேரிடையானது. எந்தப் பிரதேசத்தையும் குறிப்பதாக இராது. கீழைத் தேசங்களின் முதிர்ந்த பாரம்பரியங்களைச் சுட்டுவதாகவும் இருக்காது. மேலையுலகின் மனோதத்துவ நிபுணர்களோ, உளவியலாளர்களோ, ஏனைய நிபுணர்களோ உருவாக்கிய தொழில்முறைச் சொற்களின் கலப்பும் அதில் இருக்காது. அவற்றின் சாரத்தை எடுத்துக் கொண்டால், அவரது செய்தி இதுவே: சார்ந்திருக்காதீர்கள். உங்களுக்கானதை நீங்களே தேடுங்கள். எதற்காகவும் மற்றவர்கள் சொல்வதை எடுத்துக் கொள்ளாதீர்கள். கிருஷ்ணமூர்த்தி சொல்வதையும்! நீங்கள் எதிர்வினைகள் ஆற்றும்போதும் விழிப்புடன் இருங்கள். ஏனெனில் அவை நினைவுப் பதிவுகளின் எதிர்வினைகள். இறந்துபோன, கடந்தகாலத்தவை. அவர் விட்டுச் சென்றவை, நமது சுயங்களைத் தவிர்த்து வேறொன்றுமில்லை. இந்த உலகில் நாம் என்னவாக இருந்தாலும், நாம் அனைவரும் பெற்றிருக்கும் ஏதோ ஒன்று இதுவே.

கிருஷ்ணமூர்த்தியின் உடல்நலம், 1985ஆம் ஆண்டின் குளிர்பருவத்தில் மிகவும் மோசமானது. அவரால் உரை நிகழ்த்தவும் இயலவில்லை. அச்சமுறும் அளவிற்கு அவரது தேகத்தின் எடை குறைந்தது.

பரிசோதித்த மருத்துவர்கள் கணையத்தில் புற்று என்று அறிவித்தனர். அங்கு ஏற்கனவே இரண்டு கட்டிகள் இருந்தன. அவர் மிகவும் நேசித்த ஓஜாய் நகருக்குத் திரும்பிட கிருஷ்ணமூர்த்தி விரும்பினார். அங்குதான் அவர் இறந்துபோக விரும்பினார். விமானம் மூலம் அவர் அங்கு கொண்டு செல்லப்பட்டார். சில நாட்கள் மருத்துவமனையில் அனுமதிக்கப்பட்டார். அவரைத் தின்று கொண்டிருந்த நோய்க்கு சிகிச்சை அளிக்கப் பட்டது. முன்னேற்றம் ஏதுமின்றி மருத்துவமனையிலிருந்து வீட்டிற்கு எடுத்துச் செல்லப்பட்டார். படுக்கையறையில், பல ஆண்டுகளுக்குமுன் நீண்ட நாட்கள் அவர் அமர்ந்து தியானம் செய்த முதிர்ந்த அந்த மிளகு மரத்தைப் பார்க்கும் வகையில் படுக்க வைக்கப்பட்டார்.

கிருஷ்ணமூர்த்தி, 1986ஆம் ஆண்டு பிப்ரவரி மாதம் 17ஆம் நாள் இறந்தார். இறக்கும் தறுவாயில் தன்னைச் சுற்றி நின்றவர் களிடம் தனது இறப்பிற்குப்பின் என்ன செய்ய வேண்டும் என்பதற்கான அறிவிப்புகளைக் கூறினார். உடல் எரிக்கப்பட வேண்டும். ஆனால், எவ்விதமான சம்பிரதாயச் சடங்குகளும் பின்பற்றக்கூடாது. அவரது வாழ்க்கையின் முக்கியமான இடங் களில் அஸ்தி சாம்பல் தூவப்படவேண்டும். பல ஆண்டுகள்

அவரது வாழ்விடமாக இருந்த ஓஜாய் நகரில். வாரனாசி ப்ராக்வுட் அருகில் கங்கையில். சிறுவயதில் அவர் விளையாடிய, அவர் 'கண்டெடுக்கப்பட்ட', அனைத்தும் தொடங்கிய அந்த அடையாறு கடற்கரையில். அவருக்கோ அல்லது அவரது பெயரிலோ எவ்விதமான நினைவு மண்டபங்களும் அமைக்கக் கூடாது. அவரது செய்திகளைப் பரப்புவதற்கான நிறுவனங்கள் ஏதும் கூடாது. முன்னெப்போதும் போலவே அந்த விஷயங்கள் நடக்க வேண்டும். அவரது போதனைகளை அறிந்து கொள்ள எவரேனும் ஆசைப் பட்டால் அவரது அறக்கட்டளைகள் வெளியிடும் புத்தகங்கள், சிற்றறிக்கைகள், ஆடியோ வீடியோ நாடாக்கள் மூலம் அவை சென்றுசேரட்டும். அங்கு செயல்படும் ஆவணக் காப்பகங்கள் இவரின் கடிதங்கள், இதழ்கள், இவர் தொடர்புடைய பொருட்களைப் பாதுகாக்கட்டும்.

பள்ளிகள் தொடர்ந்து இயங்க வேண்டும். குழந்தைகளை, இளைஞர்களை அவை தொடர்ந்து பேணி வளர்க்க வேண்டும். அவர்கள் வளர்வதற்கும், உறைவதற்குமான இடம் அங்கு அளிக்கப்படும். அந்த இயற்கைச் சூழலில், குழந்தைகளும் அவர்களை நெறிப்படுத்தும் ஆசிரியர்களும் வாழவேண்டும். தாங்கள் இயற்கையின் ஓர் அங்கமென்பதை அவர்கள் உணரவேண்டும். இயற்கையின் அழிவு அவர்களது அழிவு என்ற புரிதல் வேண்டும். பள்ளிகளைப் போலவே கிருஷ்ணமூர்த்தி கல்வி மையங்களும் தொடர்ந்து இயங்கும். இளைஞர்கள் அந்த மையங்களில் தங்கி வெளியுலகின் இடர்பாடுகள் ஏதுமின்றி படிக்கலாம். அவரது பெயரில் மதம் எதையும் முன்னிலைப் படுத்தவோ, அது சார்ந்த அறிவிப்புகளோ கூடாது. அவரது பெயரில் வழிபாட்டுமுறைகள் எதுவும் தொடங்கக்கூடாது.

அவரது விருப்பங்கள் அனைத்தும் மதிக்கப்பட்டன; உண்மையில் அவையே அவர் தொடர்ந்து செய்த போதனைகள். அவரது பேச்சால் மாற்றம் பெற்றவர்கள் எத்தனை பேர், வாழ்வில் மாற்றம் பெற்றவர்கள் எத்தனை பேர் என்று எண்ணிக்கையைத் தேடுவது ஒரு வீண் செயல். ஒரு காலத்தில் இவரது பேச்சைக் கேட்டதால், அல்லது அவரது எழுத்துகளைப் படித்ததால், அல்லது உயிர்ப்பான ஒரு கணம் அவரைப் பார்த்தேன், அதனால் வாழ்க்கையின் சவால்களை என்னால் எதிர்கொள்ள முடிந்தது என்று சொல்லக்கூடியவர்களைத் தேடுவதும் வீண். எப்படி ஒருவர் உண்மையில் அதனை அறிந்துகொள்ள முடியும்?

OOO

உதவிய நூல்கள்

அன்னி பெசண்ட்: சுயசரிதை - அன்னி பெசண்ட். பிரம்ம ஞான பதிப்பகம், சென்னை- 1939.

வன்முறைக்கு அப்பால் - ஜே. கிருஷ்ணமூர்த்தி. பி.ஐ. பதிப்பகம்.

வாழ்க்கையின் மீதான விமர்சனங்கள் (மூன்றாவது தொகுதி) - ஜே. கிருஷ்ணமூர்த்தி, தொகுப்பு-இராஜகோபால், நூற்றாண்டு பதிப்பு, கிருஷ்ணமூர்த்தி அறக்கட்டளை, 1995.

கல்வியும் வாழ்வின் முக்கியத்துவமும் - ஜே. கிருஷ்ண மூர்த்தி. விக்டர் கோலன்ஸ், இலண்டன்.

முன்னிருக்கும் வாழ்க்கை - ஜே. கிருஷ்ணமூர்த்தி. விக்டர் கோலன்ஸ், இலண்டன். 1973.

முதல் மற்றும் இறுதி விடுதலை - ஜே. கிருஷ்ணமூர்த்தி. விக்டர் கோலன்ஸ், இலண்டன். 1973.

பருந்தின் பறத்தல் - ஜே. கிருஷ்ணமூர்த்தி. கிருஷ்ணமூர்த்தி அறக்கட்டளை, சென்னை. 1982.

கலாச்சாரம் குறித்து - ஜே. கிருஷ்ணமூர்த்தி. விக்டர் கோலன்ஸ், இலண்டன். 1974.

உங்கள் வாழ்வில் நீங்கள் என்ன செய்கிறீர்கள்? - ஜே. கிருஷ்ணமூர்த்தி.

மானுடத்தின் எதிர்காலம்: ஓர் உரையாடல் - ஜே. கிருஷ்ண மூர்த்தி மற்றும் டேவிட் போம்.

கிருஷ்ணமூர்த்தி - பூபுல் ஜெயகர். பெங்குவின் புக்ஸ், நியூ டெல்லி. 1996.

கிருஷ்ணமூர்த்தி: விழித்தெழும் ஆண்டுகள் - மேரி லுட்யென்ஸ். ஜான் முர்ரே, இலண்டன். 1975

கிருஷ்ணமூர்த்தி: நிறைவின் ஆண்டுகள் - மேரி லுட்யென்ஸ். ரைடர், இலண்டன். 1985.

ஜே.கிருஷ்ணமூர்த்தியுடன் உரையாடல்கள்: மனிதரும் அவரது செய்தியும் - என்.இலட்சுமி பிரசாத்.

கீழை நட்சத்திரம் - ரோலண்ட் வெர்னான். பெங்குவின், நியூ டெல்லி.